ベトナム語
レッスン
初級 1

五味 政信【著】

スリーエーネットワーク

© 2005 by GOMI Masanobu

All rights reserved. No part of this publication may be reproduced, stored in a retrieval system, or transmitted in any form or by any means, electronic, mechanical, photocopying, recording, or otherwise, without the prior written permission of the Publisher.

Published by 3A Corporation.
Trusty Kojimachi Bldg., 2F, 4, Kojimachi 3-Chome, Chiyoda-ku, Tokyo 102-0083, Japan

ISBN978-4-88319-366-0 C0087

First published 2005
Printed in Japan

はじめに

　東南アジアの多くの国々と同様、ベトナムは54の民族からなる多民族国家です。その中の最大多数民族が、ベトナムの総人口約8千万人の9割近くを占めるベト族で、そのベト族の人々の話す言語がベトナム語です。

　日本語と比べると、文法規則も文字も大きく異なります。語順については日本語がSOV言語であるのに対して、ベトナム語はSVO言語です。また、名詞を修飾する形容詞は日本語では名詞の前に置かれますが、ベトナム語では名詞の後ろに置かれます。ベトナム語は動詞・形容詞に活用がないので、英語や独語などを学ぶ際の活用形を覚える苦労がなく、その点では学習に入りやすい外国語です。とはいっても、文法規則がとりたてて易しいわけではありません。外国語を学ぶ際に困難と感じられる部分は言語によって違います。地球上に現存する約6千とも言われる言語には、文法が易しい言語など存在しませんし、また、文法が難しすぎて歯が立たないという言語もないでしょう。

　ベトナム語には日本語にはない「声調」があります。中国語、タイ語などと同様に声調言語の1つで、ハノイ方言には6つの声調が、南部のホーチミン市周辺の方言には5つの声調があります。母音は日本語の5つに対して、ベトナム語の方は11あります。表記文字は、英語のアルファベットとほぼ同じで（異なる部分が若干ありますが）、ベトナムではこの文字をクオック・グー文字（chữ quốc ngữ）と呼んでいます。

　このように日本語とは異なる点が多いのですが、類似点もあります。ベトナムは日本と同様に中国漢字文化圏に属しており、1945年まで漢字を使っていました。ベトナム（Việt Nam）は漢字に直せば「越南」ですし、ハノイ（Hà Nội）は「河内」です。漢語起源の言葉が現代ベトナム語の語彙の6割を占めるとも言われます。このような漢語をベトナムでは「漢越語」(từ Hán Việt)と呼んでいます。漢語起源の言葉については日本語と発音が似ている言葉が数多くあります。例えば、「注意」はベトナム語ではchú ý（敢えてカタカナで書けばチューイー）と発音しますし、「専門」はchuyên môn（チュエンモン）と発音します。実際の発音を聞いていただければ、よく似ていることを分かっていただけるでしょう。「漢越語」に対して、日本語の和語に当たる方は「純ベ

トナム語」(từ thuần Việt) と呼ばれ、こちらの方は日本語との類似点はありません。

　ベトナム語を学ぶことは決して易しいことではありません。しかし、それは他の外国語を学ぶ場合と同程度の難しさですから、心配は要りません。日本語とは異なるベトナム語の世界を是非大いに楽しんでいただきたいと思います。

　筆者はベトナム語教育のほかに、日本語教育にも長く携わってきました。長年にわたって言葉と日越語の言語教育に関わってきた経験をもとに、本書の「文法解説」では日本語と比較しながらベトナム語の文法やその構造を分かりやすく解説することに努めました。この解説によって学習者の皆さんの文の産出力や応用力が確実に養われると確信しています。
　また、ベトナムの文化や歴史についてもコラムや例文などを通じて紹介しています。現代のベトナム社会で使われている言葉や様々な場面での表現を豊富な例文に載せました。それらを通じて、エネルギッシュなベトナムの人々の生活やものの見方などと出会っていただきたいと思います。
　この教科書によって「ベトナム語の世界」への扉が開かれ、読者の皆さんがベトナム語を楽しみながら学習できるよう願っています。

2005 年 8 月
五味　政信

本書の構成と使い方

　ベトナム語の初級を学ぶ『ベトナム語レッスン初級』（1・2）は文型積み上げ式のテキストです。易しい文型から難しい文型へ、単純な文法規則から若干ややこしい文法規則へという順序で提出すること、そして文型を大切にしながら文法規則を体系的に記述することを心がけました。

　「外国語は語彙の豊富さが勝負だ」とはよく言われることです。私も日々このことを痛感しています。そこで、この教科書では初級としてはかなり欲張って、多くの語彙を紹介しています。1つの課に最低40語の新出語彙を提出していますから、『ベトナム語レッスン初級1』全12課で約500語、『1』『2』の2巻で1,000語ほどが紹介されます。

　各課は、基本文型、例文、会話、新しいことば、文法解説、練習A・Bという部分から構成されています。しかし、必ずしもこの順番で学ぶ必要はありません。ご自分の学習方法、学習スタイルに合った順番で学習してください。頭から読み下していただいても結構ですし、「新しいことば」から、或いは「文法解説」から目を通していただいても結構です。本書と付属のCDで自学自習する方、そしてベトナム語教室などで学ぶ学生、ビジネスマン、ベトナムに心を寄せる方々を想定しながら、本書を執筆しました。

　記号の意味などは以下の通りです。
①参照して欲しい場合は「⇒」を付した。
　（例）⇒2課　（2課を参照という意味）
②「新しいことば」内では「文法解説」は「文法」と省略した。
　（例）⇒文法Ⅰ　（その課の「文法解説Ⅰ」を参照という意味）
③「新しいことば」にはその課の基本文型、例文、会話、文法解説、練習で紹介した新出語彙を取り上げた。但し、数字などの語彙は取り上げていない。したがって、巻末の語彙索引にも掲載していない。
④漢越語には相当する漢字を記し、＊を付した。
　（例）　chuyên môn ＝専門＊　bệnh viện ＝病院＊
⑤各課の練習Aは色付きの部分を置き換える練習である。

　本書に掲載の写真は筆者と Đinh Ngọc Anh 氏撮影による。

Mục lục
目次

はじめに 3
本書の構成と使い方 5

ベトナム語の表記文字と声調 8

Bài 1　Tôi là người Nhật Bản.
　　　（私は日本人です） 12

Bài 2　Kia là máy vi tính của ai?
　　　（あれは誰のコンピュータですか） 24

Bài 3　Nhà hát lớn rất đẹp.
　　　（オペラハウスはとても美しいです） 38

Bài 4　Chị học gì ở trường đại học?
　　　（大学で何を勉強しますか） 50

Bài 5　Anh về nhà vào lúc mấy giờ?
　　　（何時に家に帰りましたか） 64

Bài 6　Tôi hay đi chợ.
　　　（私はよく市場に行きます） 78

復習クイズ（1）（Bài 1 〜 Bài 6） 94

Bài 7	Tôi đi cùng, có được không? （一緒に行っても、いいですか）	96
Bài 8	Hôm nay trời nóng nhỉ. （今日は暑いですね）	110
Bài 9	Tôi không thể ăn cơm được. （ご飯が食べられません）	124
Bài 10	Anh đã viết xong chưa? （もう書き終わりましたか）	138
Bài 11	Nhờ chị chụp ảnh. （写真を撮ってください）	152
Bài 12	Thỉnh thoảng tôi bị mẹ mắng. （時々、母に叱られました）	166

復習クイズ（2）（Bài 7 ～ Bài 12） 180

語彙索引（ベトナム語－日本語） 182
練習Ｂ・復習クイズ 解答（別冊）

Bài mở đầu

ベトナム語の表記文字と声調

Ⅰ．表記文字　CD-1

　現代ベトナム語はアルファベットで表記されます。英語にはない Đ が加わり、また、F、J、W、Z の 4 つは使われません。CD を聞きながら文字の読み方を確認しましょう。

A	a	Ă	ă	Â	â	B	b	C	c	D	d		
Đ	đ	E	e	Ê	ê	G	g	H	h	I	i		
K	k	L	l	M	m	N	n	O	o	Ô	ô		
Ơ	ơ	P	p	Q	q	R	r	S	s	T	t		
U	u	Ư	ư	V	v	X	x	Y	y				

Ⅱ．声調　CD-2

　ベトナム語には 6 つの声調があります。スペルは ma でも、平板に発音する ma と上昇する調子で言う má、或いは下降する調子で言う mà で意味が異なります。平板の場合は無標ですが、その他の 5 つの場合、それぞれ記号があります。ma の場合で紹介しましょう。（ ´ ）（ ` ）（ ˀ ）（ ˜ ）（ . ）は声調記号です。

　ma：声の高さは普通より若干高めで平板に。
　má：普通の声の高さから緩やかに上昇する。
　mà：普通の声の高さから緩やかに下降する。
　mả：普通の声の高さから緩やかに下降して少し上昇する。
　mã：高い声で「まっあ」のように促音「っ」が入る感じで。
　mạ：低い声で短く切る。

Ⅲ．母音　CD-3

　ベトナム語の母音は11あります。a、e、o、u に付いている（ ˘ ）（ ^ ）（ ̛ ）は母音の種類を表す母音記号です。（母音、子音、そして声調はベトナム北部、中部、南部でそれぞれ異なりますが、本テキストでは北部のハノイ方言を使用しています。）

- **a** ：日本語の［ア］より口を大きく開けて［アー］。
- **ă** ：a の短い音。単音で発音する場合、上昇する。
- **â** ：曖昧母音。単音で発音する場合、上昇する。
- **i / y** ：日本語より口を横に引いて［イ］。y が語末に来る場合、［イー］と長く発音する。
- **u** ：日本語より口をとがらせて［ウ］。
- **ư** ：日本語より口を横に引いて［ウ］。
- **e** ：日本語より口を横に引いて［エ］。
- **ê** ：日本語の［エ］に近い。
- **o** ：口を大きく開けて［オ］。
- **ô** ：口をとがらせて［オ］。
- **ơ** ：口を横に引いて［オ］。

●二重母音　CD-4

　ベトナム語には以下の二重母音があります。

① ia / iê / yê

　これらは綴りは違いますが、発音は同じです。どれも i を発音して、曖昧母音を軽く添えます。上の i / y の後ろにある a / ê は本来の a / ê の発音から離れて、曖昧母音になります。
（例）kia、bia / tiếng、viên / quyển、yên

② ua / uô

　この2つも綴りは違いますが、発音は同じです。どちらも u を発音して、曖昧母音を軽く添えます。
（例）thua、của / thuốc、tuổi

③ ưa / ươ

　この2つも同様です。綴りは違いますが、発音は同じです。どちらも ư を発音して、曖昧母音を軽く添えます。
（例）chưa、mưa / được、người

4．子音

●語頭子音　CD-5

語頭子音には 27 の子音表記があります。

b	：日本語のバ行と同様。（例）**ba**
c / k / q	：日本語のカ行と同様。ca、ka で［カー］。q は常に qu ＋母音、quaで［クァー］。（例）**ca**、**ka**、**qua**
ch / tr	：日本語のチャ行と同様。cha、tra で［チャー］。（例）**cha**、**tra**
d / gi / r	：日本語のザ行と同様。da、gia、ra で［ザー］。（例）**da**、**gia**、**ra** 但し、di / ri は発音記号で表すと［ziː］。
đ	：日本語のダ行とほぼ同様。但し、đi は発音記号で表すと［diː］、đu は［duː］。（例）**đa**、**đi**、**đu**
g	：日本語のガ行とほぼ同様。但し、gi は「ギ」ではなく発音記号で表すと［ziː］。（例）**ga**、**gi**
gh	：ガ行で、g の後ろに母音の i / e / ê が来ると表記上 h が挟まる。（例）**ghi**
h	：日本語のハ行と同様。（例）**ha**
kh	：カ行を発音しながら喉を鳴らすように。（例）**kha**
l	：日本語のラ行と同様。（例）**la**
m	：日本語のマ行と同様。（例）**ma**
n	：日本語のナ行と同様。（例）**na**
ng	：［ング］を詰めて発音。（例）**nga**
ngh	：ng の後ろに母音の i / e / ê が来ると表記上 h が挟まる。（例）**nghi**
nh	：ニャ行と同様。（例）**nha**
p	：日本語のパ行とほぼ同様。p で始まるベトナム語は外来語や地名など。（例）**pa**
ph	：英語の f とほぼ同様。上の歯で下唇を軽く押さえる。（例）**pha**
s / x	：英語の s とほぼ同様。但し、si / xi は発音記号で表すと［siː］。sa、xa で［サー］。（例）**sa**、**xa**、**si**、**xi**
t	：日本語のタ行とほぼ同様だが、息が出ない無気音。ti は発音記号で表すと［tiː］、tu は［tuː］。（例）**ta**、**ti**、**tu**
th	：タ行の有気音。（例）**tha**、**thi**、**thu**
v	：英語の v と同様、上の歯で下唇を軽く押さえる。（例）**va**

●語末子音　CD-6

語末子音には8つの子音表記があります。

- -c ：英語の book などの -k と同様。口を閉じない。（例）**thuốc**
  但し、-c の直前に o、ô、u があると、[-ク] と言いつつ、口を閉じ、上唇と前歯の間に空気を入れ、軽く膨らませる。（例）**tóc**
- -ch ：-c と同じ。（例）**thích**
  但し、-ch の直前に母音 a があると、i の音が挟まれる。ach で [アィック]。（例）**sách**
- -m ：英語の Sam などの -m と同様。（例）**nem**
- -n ：英語の -n と同様。（例）**bốn**、**tiền**。ベトナム語は -m（口を閉じる）と -n（舌を軽く噛む）を区別する。
- -ng ：英語 -ing の ng と同様。口を閉じない。（例）**năng**
  但し、-ng の直前に o、ô、u があると、[-ング] と言いつつ、口を閉じ、上唇と前歯の間に空気を入れ、軽く膨らませる。（例）**phòng**
- -nh ：-n と同じ。（例）**xinh**
  但し、-nh の直前に母音 a があると、i の音が挟まれる。anh で [アィン]。（例）**bánh**
- -p ：英語の cup などの -p と同様。（例）**đạp**
- -t ：英語の cut などの -t と同様。（例）**rất**

以上のように、アルファベットと母音記号、声調記号が組み合わされて綴られるベトナム語の文字をベトナムの人々は chữ quốc ngữ（クォック・グー文字）と呼んでいます。文の最初の文字を大文字にすること、文の途中にカンマ（, ）、文の終わりにピリオド（.）が使われることなどは英語と同様です。

それでは、第1課の学習を始めましょう！

Bài 1

Tôi là người Nhật Bản.
（私は日本人です）

Mẫu câu cơ bản CD - 7

1. Tôi **là** Imai Takashi.
2. Anh ấy **có phải** là sinh viên **không**?
3. Chị ấy **không phải** là người Nhật Bản.
4. Anh ấy **cũng** là giáo viên.
5. Anh ấy là sinh viên **của** trường Đại học Quốc gia Hà Nội.

Ví dụ CD - 8

1. Anh có phải là anh Imai Takashi không?
   - Vâng, tôi **là** Imai Takashi.
2. Anh ấy **có phải** là sinh viên **không**?
   - Vâng, anh ấy là sinh viên.
3. Chị ấy có phải là người Nhật Bản không?
   - Không, chị ấy **không phải** là người Nhật Bản.
     Chị ấy là người Việt Nam.
4. Chị ấy là giáo viên.
   Anh ấy **cũng** là giáo viên.
5. Anh ấy có phải là sinh viên không?
   - Vâng, anh ấy là sinh viên **của** trường Đại học Quốc gia Hà Nội.

基本文型

1. 私は今井たかしです。
2. 彼は学生ですか。
3. 彼女は日本人ではありません。
4. 彼も教師です。
5. 彼はハノイ国家大学の学生です。

例文

1. あなたは今井たかしさんですか。
   - はい、私は今井たかしです。
2. 彼は学生ですか。
   - はい、彼は学生です。
3. 彼女は日本人ですか。
   - いいえ、彼女は日本人ではありません。
     彼女はベトナム人です。
4. 彼女は教師です。
   彼も教師です。
5. 彼は学生ですか。
   - はい、彼はハノイ国家大学の学生です。

Hội thoại   Tôi là người Nhật Bản.

Hoa : Xin chào các bạn.
  Tôi là Nguyễn Thị Hoa, sinh viên của trường Đại học Quốc gia Hà Nội.
  Rất vui được gặp các bạn.

Imai : Xin chào chị Hoa.
  Tôi là Imai Takashi.
  Tôi là người Nhật Bản.
  Rất vui được gặp chị.

Tanaka : Xin chào chị.
  Tôi là Tanaka Yoshiko.
  Tôi cũng là người Nhật Bản.
  Chuyên môn của tôi là kinh tế Việt Nam.

Hoa : Anh có phải là anh Pichai không?

Pichai : Vâng, tôi là Pichai.
  Tôi là người Thái Lan.
  Rất vui được gặp chị.

会話　私は日本人です。

ホア　　　：　皆さん、こんにちは。
　　　　　　　私はグエン・ティ・ホアです、ハノイ国家大学の学生です。
　　　　　　　皆さんに会えてとても嬉しいです。

今井　　　：　こんにちは、ホアさん。
　　　　　　　私は今井たかしです。
　　　　　　　私は日本人です。
　　　　　　　あなたにお会いできてとても嬉しいです。

田中　　　：　こんにちは。
　　　　　　　私は田中よしこです。
　　　　　　　私も日本人です。
　　　　　　　私の専門はベトナム経済です。

ホア　　　：　あなたはピチャイさんですか。

ピチャイ　：　はい、私はピチャイです。
　　　　　　　私はタイ人です。
　　　　　　　あなたにお会いできてとても嬉しいです。

新しいことば　Từ mới　CD-10

anh	あなた、anh～：～さん　⇒文法I
anh ấy	彼　⇒文法I
～ấy	あの～
bà	あなた、bà～：～さん（bà＝婆*）　⇒文法I
bà ấy	彼女　⇒文法I
bác sĩ	医者、医師（bác sĩ＝博士*）
bài	課　bài 1：第1課
bạn	友だち
bệnh viện	病院*
Bình	ビン（ベトナム人男性の名、bình＝平*）
các	名詞の前に置いて複数形を作る（các＝各*）
các bạn	皆さん、あなたたち（các＝各*、bạn：友だち）
chị	あなた、chị～：～さん　⇒文法I
chị ấy	彼女　⇒文法I
chuyên môn	専門*
có phải là～không?	～ですか（名詞文の疑問）
công ty	会社（công ty＝公司*）nhân viên công ty：会社員
…của～	～の…（所属・部分を表す）
～cũng	～も
đại sứ quán	大使館*　nhân viên đại sứ quán：大使館員
em	あなた、em～：～さん　⇒文法I
em ấy	彼、彼女　⇒文法I
giáo viên	教師、教員*

Hà Nội	ハノイ（Hà Nội ＝河内*）	
Hàn Quốc	韓国*	
không	いいえ（応答詞）	
không phải là ～	～ではありません（名詞文の否定）	
kinh tế	経済*	
kỹ sư	エンジニア（kỹ sư ＝技師*）	
là ～	～です（名詞文の肯定）	
Mai	マイ（ベトナム人女性の名、Mai ＝梅*）	
Mỹ	アメリカ（Mỹ ＝美*）	
ngân hàng	銀行*　nhân viên ngân hàng：銀行員	
Nguyễn Thị Hoa	グエン・ティ・ホア（ベトナム人女性の氏名、Nguyễn Thị Hoa：阮氏華*、ミドルネームに Thị を使うのは女性）	
người ～	～人（người：人）　người Nhật Bản：日本人	
nhà báo	新聞記者（nhà：家、báo ＝報*：新聞）（日本語でも「写真家」など「家」で「人」を表すことがある）	
nhân viên	職員、係員（nhân viên ＝人員*）	
Nhật Bản	日本*	
ông	あなた、ông ～：～さん（ông ＝翁*）　⇒文法Ⅰ	
ông ấy	彼　⇒文法Ⅰ	
Pichai	ピチャイ（タイ人男性の名）	
quốc gia	国家*	
rất vui được gặp ～	～に会えてとても嬉しいです（rất：とても、vui：嬉しい、được gặp：会えて ⇒ 12 課）	
sinh viên	学生（sinh viên ＝生員*）	
Thái Lan	タイ（Thái ＝泰*）	
tôi	私	

Trung Quốc	中国*
trường	学校
trường đại học	大学（đại học ＝大学*）
vâng	はい（名詞文の応答詞）
Việt Nam	ベトナム（Việt Nam ＝越南*）
xin chào	こんにちは（丁寧な挨拶表現。xin chào のあとに、人名や「あなた」に当たることばを置くのが普通。朝昼夜使用可）

文法解説　Giải thích ngữ pháp

Ⅰ．人称代名詞

　tôi（私）：この課で紹介する tôi は「私」の最も標準的な語で、男女を問わず、また、改まった場面でも使うことができる、丁寧度の高いことばです。日本語と同様、ベトナム語でも聞き手に応じて「私」に当たることばを使い分けますが、その使い分けはあとの課で触れます。

　日本語でも相手によって「あなた」「君」「おまえ」などを使い分けますが、ベトナム語でも性別、年齢、人間関係（上下関係、親しさの程度など）を総合的に考慮して、複数ある「あなた」に当たることばの中から1つを選び出します。ベトナム語では「兄」「姉」など家族内の関係を示すことばが、その元々の意味（兄や姉など）で使われるだけでなく、「あなた」という意味にも使われます。

	年上	同年輩 少し年上	年下
あなた（男性）	ông （祖父）	anh （兄）	em （弟、妹）
あなた（女性）	bà （祖母）	chị （姉）	

※家族関係では（　）内の意味

「彼」「彼女」に当たる言葉も複数あります(ấy はここでは「あの」という意味)。

	年上	同年輩 少し年上	年下
彼	ông ấy	anh ấy	em ấy
彼女	bà ấy	chị ấy	

また、anh、chị、em、ông、bà は、人名の前に置いて「〜さん」「〜ちゃん」「〜氏」の意味にも使われます。「今井さん」の場合、anh Imai と言えば、今井さんは話し手と同年輩か少し年上の男性です。chị Imai であれば、この今井さんは話し手と同年輩か少し年上の女性です。今井さんがずっと年上の男性であれば、ông Imai、今井さんがずっと年上の女性であれば、bà Imai となります。(「基本的な人称代名詞一覧表」(21頁)をご参照ください。)

II. 名詞文：… là ＋名詞 (…は〜です)

日本語の名詞文「…は〜です」の「〜です」に当たるベトナム語が、この là 〜です。日本語の名詞文は「名詞＋です」の語順ですが、ベトナム語は「là ＋ 名詞」です。例えば「私は今井です」をベトナム語で表す場合、その語順は「私・です・今井」という順序になります。

Tôi là Imai.
わたし です 今井

否定文は là の前に **không phải** を加えて、không phải là 〜となります。

Tôi **không phải** là Imai. 私は今井ではありません。

また、là 〜の部分を **có phải** と **không**? で挟むと、「〜ですか」の疑問文を作ることができます。

Anh là anh Imai.
あなた さん
→ Anh **có phải** là anh Imai **không**? あなたは今井さんですか。

以下に肯定文、否定文、疑問文を応答詞「はい／いいえ」を含めて整理します。

Anh **có phải** là sinh viên **không**? あなたは学生ですか。
- **Vâng**, tôi là sinh viên. はい、私は学生です。
- **Không**, tôi **không phải** là sinh viên. いいえ、私は学生ではありません。

ベトナム語には声調がありますので、前頁の疑問文の文末のイントネーションが上昇するということはありません。không（平板のイントネーション）のままです。

Ⅲ．… cũng là ～（…も～です）
　「…も～です」と言うときは、là の前に cũng を付け加えて… cũng là ～と言います。例を見ておきましょう。

　　Tôi **cũng** là sinh viên.　　私も学生です。
　　Anh ấy **cũng** là người Nhật Bản.　　彼も日本人です。
　　Chị ấy **cũng** là nhân viên đại sứ quán.　　彼女も大使館員です。

Ⅳ．所属を表す của と部分を表す của：… của ～（～の…）
　「ＡＢＣ社の社員」「ハノイ国家大学の学生」のように所属を表す「～の…」ですが、この「の」に当たるベトナム語が **của** です。語順は日本語と逆で、「社員・の・ＡＢＣ社」「学生・の・ハノイ国家大学」となります。例文を見てください。

　　Chị ấy là nhân viên **của** công ty ABC.　　彼女はＡＢＣ社の社員です。
　　Tôi là sinh viên **của** trường Đại học Quốc gia Hà Nội.
　　私はハノイ国家大学の学生です。
　　Ông Kimura là nhân viên **của** Đại sứ quán Nhật Bản.
　　木村さんは日本大使館の館員です。
　　Anh ấy là bác sĩ **của** Bệnh viện Hà Nội.　　彼はハノイ病院の医者です。

　また、14頁の会話文の中に Chuyên môn của tôi là kinh tế Việt Nam.（私の専門はベトナム経済です）という一文があり、ここにも của があります。この của は「あるものの一部分」を表しています。「自転車の鍵（chìa khóa của xe đạp）」といった具体的なものから、「私の専門（chuyên môn của tôi）」といった抽象的なものまで、この của を使うことができます。

　上記Ⅲ．… cũng là ～の例文に nhân viên đại sứ quán とありますが、これは「大使館の館員」を一語化し「大使館員」として nhân viên của đại sứ quán の của を省略したものです。同様に「会社の社員」（nhân viên của công ty）も của を取って「会社員」（nhân viên công ty）、「銀行の行員」（nhân viên của ngân hàng）も「銀行員」（nhân viên ngân hàng）とすることができます。

＜参考＞基本的な人称代名詞一覧表

人称＼単複	単数	複数
一人称（私）	tôi	chúng tôi、chúng ta（⇒59頁）
二人称（あなた）	anh、chị、em、ông、bà	các anh、các chị、các em、các ông、các bà、các anh các chị、các bạn
三人称（彼）（彼女）	anh ấy、ông ấy chị ấy、bà ấy em ấy	các anh ấy、các ông ấy các chị ấy、các bà ấy các em ấy họ / bọn họ（あの人たち）

Bài 1

コラム：ハノイ（Hà Nội）

　ベトナムの首都ハノイは紅河沿いにできた大都市です。ハノイを漢字に直せば「河内」。文字通り「河の内」にできた都市で、街中に湖や池が点在しています。市内最大400haの広さを誇るHồ Tây（西湖）やHồ Hoàn Kiếm（還剣湖）などの有名な湖が数多くあります。

　1009年に李朝を起こした李公蘊(リ コウ ウアン)（Lý Công Uẩn）は、1010年に都を現在のハノイの地に遷しました。ある日、紅河に浮かぶ船上で、都から龍が昇天するのを見ました。そこで、都の名前をThăng Long（昇龍*）としたとの伝説が伝わっています。その後、1802年に成立した阮(グエン)王朝（ベトナム最後の王朝）の時代にHà Nộiと改められました。2010年、ハノイはThăng Long遷都後千年を迎えます。Kỷ niệm 1,000 năm Thăng Long（タンロン千周年記念）の大イベントが企画されています。

練習 A　Luyện tập A

1. Tôi là　Imai Takashi.
　　　　　người Nhật Bản.
　　　　　sinh viên.
　　　　　nhân viên của công ty ABC.

2. Tôi không phải là　Suzuki.
　　　　　　　　　người Hàn Quốc.
　　　　　　　　　giáo viên.
　　　　　　　　　nhân viên ngân hàng.

3. Chị có phải là　sinh viên　　　　　không?
　　　　　　　　kỹ sư
　　　　　　　　chị Nguyễn Thị Hoa
　　　　　　　　nhân viên đại sứ quán

4. Anh ấy là　nhà báo.　　　Chị ấy cũng là　nhà báo.
　　　　　　sinh viên.　　　　　　　　　　sinh viên.
　　　　　　người Việt Nam.　　　　　　　người Việt Nam.
　　　　　　người Mỹ.　　　　　　　　　　người Mỹ.

5. Anh ấy là　sinh viên　của　trường Đại học Quốc gia Hà Nội.
　　　　　　giáo viên　　　　trường Đại học kinh tế.
　　　　　　kỹ sư　　　　　　công ty ABC.
　　　　　　nhân viên　　　　Đại sứ quán Nhật Bản.
　　　　　　bác sĩ　　　　　　Bệnh viện Hà Nội.

練習 B　Luyện tập B

1．Anh là sinh viên. → Anh **có phải** là sinh viên **không**?
　1）Anh Imai là người Nhật Bản. →
　2）Chị Mai là kỹ sư. →
　3）Ông ấy là nhà báo. →
　4）Bà ấy là nhân viên đại sứ quán. →

2．Tôi là giáo viên. → Tôi **không phải** là giáo viên.
　1）Tôi là người Việt Nam. →
　2）Ông ấy là nhân viên ngân hàng. →
　3）Chị Tanaka là người Hàn Quốc. →
　4）Anh ấy là nhân viên của công ty ABC. →

3．Anh có phải là sinh viên không? → **Vâng**, tôi là sinh viên.
　1）Em ấy có phải là người Trung Quốc không? →
　2）Ông ấy có phải là bác sĩ không? →
　3）Chị ấy có phải là chị Mai không? →
　4）Anh Pichai có phải là người Thái Lan không? →

4．Anh có phải là sinh viên không? → **Không**, tôi không phải là sinh viên.
　1）Chị có phải là người Mỹ không? →
　2）Bà ấy có phải là kỹ sư không? →
　3）Ông ấy có phải là bác sĩ của Bệnh viện Hà Nội không? →
　4）Anh ấy có phải là anh Bình không? →

5．Anh Imai là sinh viên _____ trường Đại học Quốc gia Hà Nội.
　→ Anh Imai là sinh viên **của** trường Đại học Quốc gia Hà Nội.
　1）Ông Kimura là nhân viên _____ đại sứ quán Nhật Bản.
　2）Anh Bình cũng là sinh viên _____ trường Đại học Quốc gia Hà Nội.
　3）Bà Suzuki là kỹ sư _____ công ty ABC.
　4）Chị ấy là bác sĩ _____ Bệnh viện Hà Nội.

Bài 2

Kia là máy vi tính của ai?
（あれは誰のコンピュータですか）

Mẫu câu cơ bản

1. **Đây** là cái đồng hồ.
2. **Đó** có phải là cái đĩa mềm không?
3. **Kia** không phải là máy vi tính.
4. Đó là quyển sách **của** tôi.
5. Quyển từ điển **này** là từ điển tiếng Việt.
6. Đó là điện thoại di động của anh, **phải không**?
7. Đây là **cái gì**?

Ví dụ

1. Đó có phải là cái đồng hồ không?
   - Vâng, **đây** là cái đồng hồ.
2. **Đó** có phải là cái đĩa mềm không?
   - Vâng, đây là cái đĩa mềm.
3. **Kia** có phải là máy vi tính không?
   - Không, **đó** không phải là máy vi tính. **Đó** là cái ti-vi.
4. Đây là quyển sách **của ai**?
   - Đó là quyển sách **của** tôi.
5. Quyển từ điển **này** có phải là từ điển tiếng Việt không?
   - Vâng, quyển từ điển **đó** là từ điển tiếng Việt.
6. Đó là điện thoại di động của anh, **phải không**?
   - Vâng, đây là điện thoại di động của tôi.
7. Đây là **cái gì**?
   - Đó là quyển sách.

基本文型

1. これは時計です。
2. それはフロッピーディスクですか。
3. あれはコンピュータではありません。
4. それは私の本です。
5. この辞書はベトナム語の辞書です。
6. それはあなたの携帯電話ですね？
7. これは何ですか。

例文

1. それは時計ですか。
    - はい、これは時計です。
2. それはフロッピーディスクですか。
    - はい、これはフロッピーディスクです。
3. あれはコンピュータですか。
    - いいえ、あれはコンピュータではありません。あれはテレビです。
4. これは誰の本ですか。
    - それは私の本です。
5. この辞書はベトナム語の辞書ですか。
    - はい、その辞書はベトナム語の辞書です。
6. それはあなたの携帯電話ですね？
    - はい、これは私の携帯電話です。
7. これは何ですか。
    - それは本です。

Hội thoại   Kia là máy vi tính của ai?   CD - 13

Imai : Xin lỗi chị.
Tên tôi là Imai Takashi.
Tôi là người Nhật Bản.

Nhân viên : Chào anh Imai.

Imai : Chị ơi, kia là máy vi tính của ai?

Nhân viên : Đó là máy vi tính của sinh viên.
Anh Imai, đó là điện thoại di động của anh, phải không?

Imai : Vâng, của tôi.

Nhân viên : Số điện thoại di động của anh là …

Imai : Số điện thoại của tôi là 012-345-6789.

Nhân viên : Cám ơn anh.

Imai : Không có gì.

会話　あれは誰のコンピュータですか。

今井　：　すみません。
　　　　　私の名前は今井たかしです。
　　　　　私は日本人です。

係員　：　こんにちは、今井さん。

今井　：　あの、あれは誰のコンピュータですか。

係員　：　あれは学生のコンピュータです。
　　　　　今井さん、それはあなたの携帯電話ですね？

今井　：　はい、私のです。

係員　：　あなたの携帯電話の番号は…。

今井　：　私の電話番号は012－345－6789です。

係員　：　ありがとう。

今井　：　どういたしまして。

新しいことば　Từ mới　CD-14

ai	誰
bàn	机
bò	牛
bút bi	ボールペン（bút：筆、bi：鉄の小玉）
cá	魚
cái	類別詞　⇒文法Ⅱ
cám ơn	ありがとう
chào	こんにちは（chào のあとに人称代名詞や人名を置く。朝昼夜使用可）
chim	鳥
chó	犬
con	類別詞　⇒文法Ⅱ
… của ~	～の…（所有を表す）　⇒文法Ⅳ
đây	これ
đĩa mềm	フロッピーディスク（đĩa：皿、mềm：やわらかい）
địa chỉ e-mail	電子メールアドレス（địa chỉ＝地址*）
điện thoại di động	携帯電話（điện thoại di động＝電話移動*）
đó	それ、~ đó：その~
đồng hồ	時計
ghế	椅子
gì	何　cái gì：何（物について）、con gì：何（動物について）
không có gì	どういたしまして（cám ơn に対して）
không phải	違います、そうじゃありません　⇒文法Ⅲ
kia	あれ、~ kia：あの~

linh	零*
máy ảnh	カメラ（máy：機械、ảnh：写真）
máy vi tính	コンピュータ（máy：機械、vi＝微*、tính：計算する）、máy tính とも言う
mèo	猫
～này	この～
nhà	家
ô-tô	自動車（仏語 auto から）
～ơi	呼びかけに用いる（人称代名詞や人名のあとに置く）
～, phải không?	～ですね？　⇒文法Ⅲ
quyển	類別詞（書物、冊子類を表す名詞の前に置かれる、quyển＝巻*）
sách	本
số	番号、数*　số điện thoại：電話番号
tên	名前
ti-vi	テレビ（仏語 télévision から）
tiếng ～	～語　tiếng Nhật：日本語、tiếng Trung Quốc：中国語
tiếng Việt	ベトナム語
trăm	百
từ điển	辞書（từ điển＝辞典*）
trâu	水牛
vợ	妻
xe	類別詞（自動車、バスなど乗り物を表す名詞の前に置かれる）
xin lỗi	ちょっと、すみません（xin lỗi のあとに人称代名詞や人名を置く）

文法解説　Giải thích ngữ pháp

Ⅰ．指示語(1)

ベトナム語の指示語を紹介します。

これ：**đây**　　それ：**đó**　　あれ：**kia**

1課で学んだ通り、「これは机です」のベトナム語は「これ・です・机」という順序になります。

Đây là cái bàn.　これは机です。（cái ⇒「Ⅱ．類別詞」）

否定文、疑問文も1課で紹介した通りです。

Đây không phải là cái bàn.　これは机ではありません。
Đây có phải là cái bàn không?　これは机ですか。

đó（それ）、kia（あれ）を使った文も見ておきましょう。

Đó là cái ghế.　それは椅子です。
Đó không phải là cái ghế.　それは椅子ではありません。
Đó có phải là cái ghế không?　それは椅子ですか。
Kia là con chó.　あれは犬です。（con ⇒「Ⅱ．類別詞」）
Kia không phải là con chó.　あれは犬ではありません。
Kia có phải là con chó không?　あれは犬ですか。

「この机、その机、あの机」などのように、名詞を修飾する指示語は、日本語と逆の順序で「名詞＋指示語」です。

cái bàn **này**（この机）　　cái bàn **đó**（その机）　　cái bàn **kia**（あの机）
người **này**（この人）　　người **đó**（その人）　　người **kia**（あの人）

đây（これ）は名詞を修飾する機能をもっていませんので、代わりに **này** を用います。đó と kia は名詞を修飾する機能をもっているので、「名詞＋đó」「名詞＋kia」とすることが出来ます。

ここで、24頁の例文3を見てください。

Kia có phải là máy vi tính không?　あれはコンピュータですか。
- Không, đó không phải là máy vi tính.
　いいえ、あれはコンピュータではありません。
Đó là cái ti-vi.　あれはテレビです。

　最初の文の「あれ…」は kia（あれ）ですが、答えの２つの文の「あれ」は đó（それ）が使われています。日本語では「あれは何ですか」「あれはコンピュータです」となりますが、ベトナム語では kia を受ける指示語は đó になるのが普通です。この場合の đó は「それ：話し手から遠く、聞き手に近いところにある物」という位置関係を示すのではなく、「話し手と聞き手との間で共通の話題になっている物」に使われる đó です。

Ⅱ．類別詞（1）

　ベトナム語には「類別詞」と呼ばれる一群のことばがあります。その代表格である cái と con を紹介しましょう。類別詞とは生物か非生物か、或いは球状の物なのか薄い紙状の物か等に応じて名詞の前に置かれることばです。
　cái は、「物であり、かつ人工的な物、製品等」の名詞の前に置かれます。

cái bàn（机）　cái ghế（椅子）　cái nhà（家）

　一方の con は、生き物（動物、昆虫等）を表す名詞の前に置かれます。

con chó（犬）　con cá（魚）　con chim（鳥）　con bò（牛）　con trâu（水牛）

　類別詞には、このように**種類の別を示す役割**のほかに、もう１つ重要な役割があります。それは「**不特定／特定**」**を区別する役割**です。次の２文を比べてみましょう。

Tôi thích　　 chó.　　　私は　犬が好きだ。
Tôi thích con chó này.　私はこの犬が好きだ。

類別詞を伴わない単独の名詞は「一般」「不特定」であることを表しています。一方、「私の犬」のように特定の犬、具体的な犬について述べるときは、類別詞を必要とします。「これは…（Đây…）」「この〜は…（〜 này …）」と言った時点で、ある特定のものを指している場合が普通ですから、このような文では類別詞が付くのが自然です。

Đây là xe ô-tô.　これは自動車です。
Đó là con mèo.　それは猫です。
Quyển từ điển này là từ điển tiếng Việt.　この辞書はベトナム語の辞書です。

　また、3つ目の役割として類別詞は「2軒の家」「1匹の猫」のように数詞がある場合には必ず添えられます。類別詞は日本語の助数詞（〜軒、〜匹、〜冊など）と同様の働きもします。

hai cái nhà（2軒の家）
ba con mèo（3匹の猫）
bốn quyển từ điển（4冊の辞書）

　さて、日本語の疑問詞「何」に当たるベトナム語は gì です。「これは何ですか」のベトナム語は尋ねる対象物が何かによって、gì の前に置く類別詞が変わります。ここでは2つを紹介します。

Đây là cái gì?　これは何ですか。（物を指して尋ねる場合）
- Đó là cái bút bi.　それはボールペンです。
Đây là con gì?　これは何ですか。（動物を指して尋ねる場合）
- Đó là con trâu.　それは水牛です。

　以下は24頁例文7にある文です。

Đây là cái gì?　これは何ですか。
- Đó là quyển sách.　それは本です。

quyển は「書物、冊子類に添えられる類別詞」です。ここでは、意思疎通を円滑にするために、物一般につく類別詞 cái よりも cái の下位分類にある、書物や冊子を表す類別詞 quyển を優先させています。xe は「乗り物に添えられる類別詞」です。これらの例のように cái に優先する類別詞が他にもあります。

　điện thoại di động（携帯電話）のように、類別詞が付いていない名詞もあります。ことば自体が長く、類別詞を付けるとさらに長くなってコミュニケーションにとって経済的ではありませんし、長いということはそれだけ説明的でもあるわけで、そのような場合には類別詞を付けないことがあります。また、漢語起源のことば（điện thoại di động もそうですが、từ điển＝辞典＊等）は漢字

の姿が背景に感じられて誤解の余地が少ないので、類別詞は付けても付けなくても良いことになります。máy vi tính（コンピュータ、máy は純ベトナム語で「機械」、vi は漢字「微*」、tính は「計算する」）の場合、cái máy vi tính と言っても問題はありませんが、cái を付けなくてもかまいません。cái を付けない場合には máy（機械）が類別詞の役割を果たしていると考えられます。ベトナムの人に向かって、cái,（一呼吸置いて）máy と言ったら、彼らは cái を聞いて、あとに続くことばは「物」であることを予想し、次に máy を聞いて、その物が「機械」であると絞り込む、といったシステムになっているのでしょう。類別詞は誤解を生じさせずにコミュニケーションを円滑に行うための道具の1つですので、必要がない場合には省かれます。

Ⅲ．付加疑問：〜, phải không?（〜、よね）

「あなたはビンさんです、よね？」のように、「あなたはビンさんです」ということをほぼ確信しているが、この命題全体が正しいかどうか確認するための「？」を付加する場合、ベトナム語では文末に , phải không? を付け加えます。「はい」は Vâng、「いいえ」は Không を使います。

Anh là anh Bình, phải không?　あなたはビンさんです、よね？
- Vâng, tôi là Bình.　はい、私はビンです。
Đó là điện thoại di động của anh, phải không?
それはあなたの携帯電話ですね？
- Không, (đó) không phải (là điện thoại di động của tôi).　いいえ、違います。

文末に phải không? を付け加える付加疑問は、名詞文だけでなく、3課以降で学ぶ形容詞文、動詞文でも同様に文末に置いて使うことが出来ます。

Ⅳ．所有を表す của：… của 〜（〜の…）

1課では所属と部分を表す của を紹介しましたが、この課では「所有」を表す của を学びます。

xe ô-tô của tôi（私の自動車）
con mèo của anh Bình（ビンさんの猫）

「誰の〜？」と尋ねるときは疑問詞 ai（誰）を使って của ai? と言います。

Đó là điện thoại di động của ai?　それは誰の携帯電話ですか。
Của ai?　誰のですか。
- Của tôi.　私のです。

また、次の例のように一語化して của が省略されることもあります。

nhà của tôi（私の家）→ nhà tôi　　vợ của tôi（私の妻）→ vợ tôi

　26頁会話中の Số điện thoại di động（携帯電話番号）の場合も、本来、số của điện thoại di động のように「部分の của」があっても良いのですが、誤解の余地がないことから của が落ちて一語化しています。

V．私の名前は〜です：Tên tôi là 〜

　1課で Tôi là Imai.（私は今井です）を学びました。自己紹介などの場面で話し手が「名前を言う」ということが聞き手に分かっている場合はこの表現で充分です。しかし、聞き手が同国人でない場合など、名前であることがすぐに分かるかどうか不安なときには「私の名前は〜です」という言い方があります。私の名前 = tên của tôi ですが、của は通常省略されます。

Tên anh là gì?　あなたの名前は何ですか。
- Tên tôi là Imai.　私の名前は今井です。

また、次のような言い方もあります。

Anh tên là gì?　お名前は何ですか。
- Tôi tên là Imai.　今井です。

聞き手はまず Anh（あなた）と呼びかけて、それから tên là gì?（名前は何ですか）と質問しています。答えの文も同様の構造で、「私、名前は今井です」と答えています。

VI. 数の数え方　CD-15

まず、1から10までを見てください。

```
1  một      6  sáu
2  hai      7  bảy
3  ba       8  tám
4  bốn      9  chín
5  năm     10  mười
```

このあとの数の作り方は日本語と同じで、例えば11は10（mười）と1（một）を組み合わせて mười một、12は mười hai となります。

ただし、以下の3つの例外があります。
① 15以上の1の位の「5」は năm ではなく **lăm** を用いる。
② 20以上の10の位の「10」は mười ではなく **mươi** を用いる。
③ 21以上の1の位の「1」は một ではなく **mốt** を用いる。

```
11  mười một       21  hai mươi mốt
12  mười hai       22  hai mươi hai
13  mười ba        23  hai mươi ba
14  mười bốn       24  hai mươi bốn
15  mười lăm       25  hai mươi lăm
16  mười sáu       26  hai mươi sáu
17  mười bảy       27  hai mươi bảy
18  mười tám       28  hai mươi tám
19  mười chín      29  hai mươi chín
20  hai mươi       30  ba mươi
```

50　năm mươi　…　55　năm mươi lăm　……
100　một trăm
101　một trăm linh một
（数字が3桁でも4桁でも下2桁内の数字に上記①〜③を適用する）
105　một trăm linh năm

練習 A   Luyện tập A

1. Đây là   cái bàn.
             xe ô-tô.
             con chó.
             con cá.

2. Đó không phải là   cái đĩa mềm.
                       điện thoại di động.
                       con chim.
                       con trâu.

3. Kia có phải là   máy vi tính   không?
                    cái ghế
                    con mèo
                    xe ô-tô của anh ấy

4. Đây là   quyển từ điển   của   tôi.
            con chó   chị Hoa.
            con trâu   ông ấy.
            máy ảnh   anh Bình.

5. Quyển từ điển   này   là từ điển tiếng Việt.
   Con chó   đó   là con chó của chị Hoa.
   Máy vi tính   kia   là máy vi tính của anh Bình.

6. Người kia là   ông Kimura.
                  chị Hoa.
                  nhân viên đại sứ quán.
                  ai?

練習 B Luyện tập B

1. Đây là _____ nhà. → Đây là cái nhà.
   Kia là _____ chó. → Kia là con chó.
   1) Đó là _____ đĩa mềm.
   2) Đây là _____ mèo.
   3) Kia có phải là _____ ô-tô của anh không?
   4) Kia không phải là _____ trâu.

2. Kia là xe ô-tô của anh. → Kia **có phải** là xe ô-tô của anh **không**?
   1) Đó là cái đồng hồ của chị Hoa. →
   2) Kia là máy vi tính của chị ấy. →
   3) Đây là địa chỉ e-mail của anh ấy. →
   4) Kia là con mèo của chị. →

3. Kia có phải là cái đĩa mềm không? → Vâng, **đó** là cái đĩa mềm.
   1) Kia có phải là từ điển tiếng Trung Quốc không? →
   2) Kia có phải là cái bàn của chị Hoa không? →
   3) Kia có phải là con bò không? →
   4) Kia có phải là con cá không? →

4. Máy vi tính này là máy vi tính **của ai**? (tôi) → Của tôi.
   1) Cái đồng hồ đó là cái đồng hồ của ai? (anh Bình) →
   2) Cái đĩa mềm này là cái đĩa mềm của ai? (chị Hoa) →
   3) Máy vi tính đó là máy vi tính của ai? (anh ấy) →
   4) Con mèo kia là con mèo của ai? (chị ấy) →

5. Đây là **cái gì**? (nhà) → Đó là cái nhà.
   1) Đây là cái gì? (bút bi) →
   2) Đây là con gì? (mèo) →
   3) Tên anh là gì? (Suzuki) →
   4) Chuyên môn của chị là gì? (kinh tế Việt Nam)

Bài 2

Bài 3

Nhà hát lớn rất đẹp.
(オペラハウスはとても美しいです)

Mẫu câu cơ bản CD-16

1. **Đây** là Công viên Lê-nin.
2. **Đó** có phải là lớp học không?
3. **Kia** không phải là thư viện.
4. Cái áo dài này **đẹp**.
5. Khách sạn này **có** mới **không**?
6. Máy vi tính này **không** tốt.
7. **Người đẹp này** là chị Lan.

Ví dụ CD-17

1. **Đây** có phải là Công viên Lê-nin không?
   - Vâng, đây là Công viên Lê-nin.
2. **Đó** có phải là lớp học không?
   - Vâng, đây là lớp học.
3. **Kia** có phải là thư viện không?
   - Không, **đó** không phải là thư viện. **Đó** là viện bảo tàng.
4. Cái áo dài này có đẹp không?
   - **Có**, cái áo dài này **đẹp**.
5. Khách sạn này **có** mới **không**?
   - Có, khách sạn này mới.
6. Máy vi tính này có tốt không?
   - Không, máy vi tính này **không** tốt.
7. **Người đẹp này** là ai?
   - **Người đẹp này** là chị Lan.

基本文型

1. ここはレーニン公園です。
2. そこは教室ですか。
3. あそこは図書館ではありません。
4. このアオザイはきれいです。
5. このホテルは新しいですか。
6. このコンピュータは良くないです。
7. この美しい人はランさんです。

例文

1. ここはレーニン公園ですか。
   －はい、ここはレーニン公園です。
2. そこは教室ですか。
   －はい、ここは教室です。
3. あそこは図書館ですか。
   －いいえ、あそこは図書館ではありません。あそこは博物館です。
4. このアオザイはきれいですか。
   －はい、このアオザイはきれいです。
5. このホテルは新しいですか。
   －はい、このホテルは新しいです。
6. このコンピュータは良いですか。
   －いいえ、このコンピュータは良くないです。
7. このきれいな人は誰ですか。
   －このきれいな人はランさんです。

Hội thoại   Nhà hát lớn rất đẹp.   CD-18

Hoa : Chào, anh Imai.
     Hôm nay anh có khỏe không?

Imai : Cám ơn chị, tôi rất khỏe. Còn chị?

Hoa : Tôi cũng rất khỏe.
     Anh Imai, đây là Hồ Hoàn Kiếm.
     Còn, đây là Bưu điện Hà Nội.

Imai : Kia có phải là Viện bảo tàng Lịch sử không?

Hoa : Vâng, đó là Viện bảo tàng Lịch sử.

Imai : Kia là Nhà hát lớn, phải không?

Hoa : Vâng, đó là Nhà hát lớn.
     Nhà hát lớn rất đẹp.

Imai : Tòa nhà to kia là nhà gì?

Hoa : Đó là khách sạn.
     Khách sạn đó mới.

会話　オペラハウスはとても美しいです。

ホア　：　今井さん、こんにちは。
　　　　　今日はお元気ですか。

今井　：　ありがとう、とても元気です。あなたの方は？

ホア　：　私もとても元気です。
　　　　　今井さん、ここは還剣湖です。
　　　　　こちらの方ですが、ここはハノイ郵便局です。

今井　：　あそこは歴史博物館ですか。

ホア　：　はい、あそこは歴史博物館です。

今井　：　あれはオペラハウスですね？

ホア　：　ええ、オペラハウスです。
　　　　　オペラハウスはとても美しいです。

今井　：　あの大きい建物は何ですか。

ホア　：　あれはホテルです。
　　　　　あのホテルは新しいです。

新しいことば　Từ mới　CD-19

áo dài	アオザイ（áo：衣服、dài：長い）
bưu điện	郵便局（bưu điện＝郵電*）Bưu điện Hà Nội：ハノイ郵便局
cà phê	コーヒー（仏語 café から）
chợ	市場
có	はい（形容詞文の応答詞）
có＋形容詞＋không?	〜いですか（形容詞文の疑問）
còn 〜	一方の〜は
công viên	公園*　Công viên Lê-nin：レーニン公園
cũ	古い（cũ ⇔ mới）
dễ	易しい（dễ ⇔ khó）
đáng yêu	かわいい、かわいらしい
đắt	（値段が）高い、高価な（đắt ⇔ rẻ）
đây	ここ（これ［2課］）
đẹp	きれいな、美しい
đó	そこ（それ、その〜［2課］）
ga	駅（仏語 gare から）Ga Hà Nội：ハノイ駅
hay	おもしろい
hiệu sách	本屋（hiệu：店、sách：本）
hoa	花*　hoa lan：蘭の花
Hồ Hoàn Kiếm	還剣湖（hồ＝湖*、Hoàn Kiếm＝還剣*）
hôm nay	今日
khách sạn	ホテル（khách sạn＝客桟*）
khó	難しい（khó ⇔ dễ）

khỏe	健康な、元気な
không ＋形容詞	〜くないです（形容詞文の否定）
kia	あそこ（あれ、あの〜［2課］）
lan	蘭*（花）
Lan	ラン（ベトナム人女性の名、Lan ＝蘭*）
〜lắm	とても〜、たいへん〜（形容詞のあとに置かれる）⇒文法Ⅲ
Lê-nin	レーニン（旧ソ連の革命・政治家）
lịch sử	歴史*
lớp học	教室
mới	新しい（mới ⇔ cũ）
nặng	重い
ngon	美味しい
Nhà hát lớn	オペラハウス（nhà：家、hát：歌う、lớn：巨大な ⇒47頁「コラム」）
nhỏ	小さい（nhỏ ⇔ to）
phòng	部屋（phòng ＝房*）
rất 〜	とても〜、たいへん〜（形容詞の前に置かれる）⇒文法Ⅲ
rẻ	（値段が）安い、廉価な（rẻ ⇔ đắt）
sạch	きれいな、清潔な
sân bay	空港（sân：広場、bay：飛ぶ）
thế nào?	どう？
thơm	香りがいい
thư viện	図書館（thư viện ＝書院*）
to	大きい（to ⇔ nhỏ）
tòa	類別詞（大きな建物名詞の前に置かれる）

Bài 3

tốt	良い
trẻ	若い
viện bảo tàng	博物館（viện ＝院*、bảo tàng ＝宝蔵*）
Viện bảo tàng Lịch sử	歴史博物館（lịch sử ＝歴史*）

文法解説　Giải thích ngữ pháp

Ⅰ．指示語(2)

　この課では場所を示す指示語、**đây**（ここ）、**đó**（そこ）、**kia**（あそこ）を紹介します。これらは２課で学んだ「これ（đây）」「それ（đó）」「あれ（kia）」と同じことばです。日本語では物を示す指示語と場所を示す指示語を区別しますが、ベトナム語では同じことばです。

　Đây là cái đĩa mềm.　これはフロッピーディスクです。
　Đây là Công viên Lê-nin.　ここはレーニン公園です。
　Đó là cái ô-tô.　それは自動車です。
　Đó là lớp học.　そこは教室です。
　Kia là máy vi tính.　あれはコンピュータです。
　Kia là hiệu sách.　あそこは本屋です。

đây（ここ）、đó（そこ）、kia（あそこ）を使った文を幾つか見ておきましょう。肯定文、否定文、疑問文における語順、作り方などは第１課で学んだ規則と同じです。

　Đây là bưu điện.　ここは郵便局です。
　Đó không phải là phòng của anh ấy.　そこは彼の部屋ではありません。
　Kia có phải là Ga Hà Nội không?　あそこはハノイ駅ですか。
　- Vâng, **đó** là Ga Hà Nội.　はい、あそこはハノイ駅です。
　- Không, **đó** không phải là Ga Hà Nội.　いいえ、あそこはハノイ駅ではありません。

Ⅱ．形容詞文

ベトナム語の形容詞文を紹介します。まず、例文を見てみましょう。

Chị ấy **đẹp**.　彼女は美しいです。
Anh ấy **trẻ**.　彼は若いです。
Cái đồng hồ này **mới**.　この時計は新しいです。
Quyển sách kia **nặng**.　あの本は重いです。
Phòng của chị ấy **sạch**.　彼女の部屋はきれいです。

形容詞文の語順は日本語と同様、「主語＋形容詞」の順です。ここで注意することは、ベトナム語の形容詞文には là は使われないという点です。「ビンさんは若いです。(Anh Bình trẻ.)」の場合、Anh Bình là trẻ. としないでください。この文は非文法的です。

日本語では「彼は若いです」のように「形容詞＋です」と言えます。言い切りの形は「彼は若い」ですから、形容詞に付いている「です」は丁寧語で、必須の語ではありません。ベトナム語の là は日本語の「です」のように丁寧語の機能がありませんから、「là＋形容詞」という組み合わせにはなりません。

形容詞文の疑問文を作るときは形容詞を **có** と **không**? で挟みます。否定文は形容詞の前に **không** を置きます。

肯定文：Tôi **khỏe**.　私は元気です。
　　　　Chị ấy **đẹp**.　彼女は美しいです。
　　　　Máy vi tính này **mới**.　このコンピュータは新しいです。
疑問文：Anh **có** khỏe **không**?　あなたは元気ですか。
　　　　Chị ấy **có** đẹp **không**?　彼女は美しいですか。
　　　　Máy vi tính này **có** mới **không**?　このコンピュータは新しいですか。
否定文：Tôi **không** khỏe.　私は元気ではありません。
　　　　Chị ấy **không** đẹp.　彼女は美しくありません。
　　　　Máy vi tính này **không** mới.　このコンピュータは新しくありません。

38頁の例文4に次のような文があります。

Cái áo dài này có đẹp không?　このアオザイはきれいですか。
- **Có**, cái áo dài này đẹp.　はい、このアオザイはきれいです。

形容詞文では疑問文に対する応答詞「はい」は原則として Vâng ではなく **Có** を使います。「いいえ」は **Không** で、名詞文の場合と同じです。

また、「〜も元気です」と言うときには、主語の直後、形容詞の直前に cũng を置きます。

Anh ấy khỏe. Chị ấy **cũng** khỏe.　彼は元気です。彼女も元気です。

次に、形容詞が名詞を修飾する場合です。例えば「美しい花」という場合、日本語の語順は「形容詞＋名詞」の順序ですが、ベトナム語では日本語とは逆で「名詞＋形容詞」→「花・美しい」→ hoa đẹp となります。
また、指示語が加わる場合ですが、日本語では「この・美しい・花」ですから「指示語＋形容詞＋名詞」です。ベトナム語では「名詞＋形容詞＋指示語」という順序で、指示語が一番最後に置かれます。38頁の文型7の**Người đẹp này** là chị Lan.「この美しい人はランさんです」は、この規則を確認するための項目です。以下の例を見ておきましょう。

Hoa này thơm.　この花は香りがいい。→ **Hoa thơm này** là hoa lan.
　　　　　　　　　　　　　　　　　　　この香りがいい花は蘭です。
Cái ghế kia mới.　あの椅子は新しい。→ **Cái ghế mới kia** là cái ghế của tôi.
　　　　　　　　　　　　　　　　　　　あの新しい椅子は私の椅子です。
Con chó đó đáng yêu.　その犬はかわいい。→ **Con chó đáng yêu đó** là chó Nhật.
　　　　　　　　　　　　　　　　　　　そのかわいい犬は日本犬です。

Ⅲ．程度副詞(1)：rất と lắm

rất も **lắm** も、形容詞を修飾して「とても、たいへん」という意味です。ただし、置かれる位置が異なります。rất は形容詞の前に、lắm は形容詞のあとに置かれます。

Hoa này **rất** đẹp.　この花はとてもきれいです。
Hoa này đẹp **lắm**.　この花はとてもきれいです。

Tôi **rất** khỏe.　私はとても元気です。
Tôi khỏe **lắm**.　私はとても元気です。

Ⅳ．相手の判断を尋ねる「～は、どうですか」：～ thế nào?

～ thế nào? は事物や事象や人物などについての相手の判断を尋ねる言い方で、日本語の「どう？」に当たる疑問詞です。例を見ておきましょう。

Cà phê Việt Nam **thế nào**?　ベトナムのコーヒーはどうですか。
- Cà phê Việt Nam ngon.　ベトナムのコーヒーはおいしいです。
Tiếng Việt **thế nào**?　ベトナム語はどうですか。
- Tiếng Việt khó.　ベトナム語は難しいです。
Máy ảnh đó **thế nào**?　そのカメラはどうですか。
- Máy ảnh này rất tốt.　このカメラはとてもいいです。

コラム：ハノイのオペラハウス（Nhà hát lớn）

　ハノイの中心にある還剣湖の近くに位置するこのオペラハウスは、フランス植民地時代の1910年に建てられた洋風の建物です。日本軍に抗して蜂起し独立を勝ち取った1945年の8月革命、その後のインドシナ戦争、ベトナム戦争などの戦火をくぐり抜け、今でもハノイの人々の芸術創造に利用されています。1980年の第10回ショパンコンクールで、アジア人として初めて優勝したダン・タイ・ソン（Đặng Thái Sơn）が凱旋帰国し、熱狂的な歓迎の中で開催されたピアノ演奏会で、聴衆（私もその一人でした）の感動の拍手が鳴りやまなかったのもこのオペラハウスでした。

練習 A　Luyện tập A

1. Đây là　công viên.
　　　　　ngân hàng.
　　　　　chợ.

2. Đó không phải là　thư viện.
　　　　　　　　　　lớp học.
　　　　　　　　　　hiệu sách.

3. Kia có phải là　đại sứ quán　không?
　　　　　　　　　sân bay
　　　　　　　　　bệnh viện

4. Cái nhà này　to.
　　　　　　　 nhỏ.
　　　　　　　 mới.
　　　　　　　 cũ.

5. Quyển sách này có　khó　không?
　　　　　　　　　　 dễ
　　　　　　　　　　 đắt
　　　　　　　　　　 rẻ

6. Người kia không　trẻ.
　　　　　　　　　 đẹp.
　　　　　　　　　 khỏe.
　　　　　　　　　 đáng yêu.

7. Cà phê Việt Nam　　 thế nào?
　 Quyển từ điển đó
　 Tiếng Việt

練習 B　Luyện tập B

1. Đây là xe ô-tô đẹp. → Xe ô-tô này đẹp.
   Kia là cái nhà to. → Cái nhà kia to.
   1) Kia là con mèo đáng yêu. →
   2) Đó là máy vi tính mới. →
   3) Đây là cái áo dài đẹp. →

2. Cà phê Việt Nam **có** ngon **không**?
   (Có) → **Có**, cà phê Việt Nam ngon.
   (Không) → Không, cà phê Việt Nam **không ngon**.
   1) Tiếng Việt có khó không? (Có) →
   2) Khách sạn kia có mới không? (Không) →
   3) Máy ảnh này có đắt không? (Có) →
   4) Quyển từ điển này có tốt không? (Không) →

3. Tiếng Việt **thế nào**? (khó, lắm) → Tiếng Việt khó **lắm**.
   　　　　　　　　　(dễ, rất) → Tiếng Việt **rất** dễ.
   1) Cà phê Việt Nam thế nào? (ngon, lắm)
   2) Cái áo dài này thế nào? (đẹp, lắm)
   3) Viện bảo tàng Lịch sử thế nào? (hay, rất)
   4) Máy vi tính đó thế nào? (rẻ, rất)

4. mới ⇔ _____ → mới ⇔ cũ
   1) khó ⇔ _____
   2) to　⇔ _____
   3) đắt ⇔ _____

5. 質問にベトナム語で答えなさい。
   1) Tokyo có đẹp không?
   2) Nhà anh/chị có mới không?
   3) Cái bàn của anh/chị có to không?
   4) Quyển từ điển của anh/chị có đắt không?

Bài 4

Chị học gì ở trường đại học?
（大学で何を勉強しますか）

Mẫu câu cơ bản CD - 20

1. Tôi **ăn** phở.
2. Chị **có** uống cà phê **không**?
3. Anh ấy **không** hút thuốc lá.
4. Trưa nay tôi ăn cơm **ở** nhà hàng.
5. **Bây giờ là mấy giờ**?
6. Mẹ tôi **cũng** đánh ten-nít.
7. **Chúng ta** uống cà phê **nhé**.

Ví dụ CD - 21

1. Anh có ăn phở không?
   - **Có**, tôi **có ăn** phở.
2. Chị **có** uống cà phê **không**?
   - Có, tôi có uống cà phê.
3. Anh ấy có hút thuốc lá không?
   - Không, anh ấy **không** hút thuốc lá.
4. Trưa nay anh ăn cơm **ở đâu**?
   - Tôi ăn cơm **ở** nhà hàng.
5. **Bây giờ là mấy giờ**?
   - Bây giờ là một giờ mười phút.
6. Bố tôi đánh ten-nít.
   Mẹ tôi **cũng** đánh ten-nít.
7. **Chúng ta** uống cà phê **nhé**.
   - Vâng, được đấy.

基本文型

1. 私はフォーを食べます。
2. あなたはコーヒーを飲みますか。
3. 彼は煙草を吸いません。
4. 今日の昼、レストランでご飯を食べます。
5. 今、何時ですか。
6. 母もテニスをします。
7. 一緒にコーヒーを飲みましょうね。

例文

1. あなたはフォーを食べますか。
   －はい、私はフォーを食べます。
2. あなたはコーヒーを飲みますか。
   －はい、私はコーヒーを飲みます。
3. 彼は煙草を吸いますか。
   －いいえ、彼は煙草を吸いません。
4. 今日の昼はどこでご飯を食べますか。
   －レストランでご飯を食べます。
5. 今、何時ですか。
   －今、1時10分です。
6. 父はテニスをします。
   母もテニスをします。
7. 一緒にコーヒーを飲みましょうね。
   －はい、いいですよ。

Hội thoại Chị học gì ở trường đại học? CD-22

Hoa : Anh Imai, anh có hút thuốc lá không?

Imai : Không, tôi không hút thuốc lá.

Hoa : Thế à.
Anh có uống cà phê không?

Imai : Có, tôi có uống cà phê.
Tôi thích cà phê nóng.

Hoa : Anh thường uống cà phê ở đâu?

Imai : Tôi thường uống ở quán cà phê.
À, Chị Hoa, chị học gì ở trường đại học?

Hoa : Tôi học kinh tế và tiếng Anh.
Anh Imai, tiếng Việt có khó không?

Imai : Có, tiếng Việt khó lắm, nhưng rất hay.
Tôi rất thích tiếng Việt.
Chị Hoa, bây giờ là mấy giờ?

Hoa : Bây giờ là 2 giờ.
Chúng ta vào lớp học nhé!

会話 大学で何を勉強しますか。

ホア ： 今井さん、あなたは煙草を吸いますか。

今井 ： いいえ、私は煙草を吸いません。

ホア ： そうですか。
　　　　あなたはコーヒーを飲みますか。

今井 ： はい、私はコーヒーを飲みます。
　　　　私はホットコーヒーが好きです。

ホア ： あなたはいつもどこでコーヒーを飲みますか。

今井 ： 私はいつも喫茶店で飲みます。
　　　　ところで、ホアさん、あなたは大学で何を勉強しますか。

ホア ： 私は経済と英語を勉強します。
　　　　今井さん、ベトナム語は難しいですか。

今井 ： はい、ベトナム語はとても難しいです、でも、とてもおもしろいです。
　　　　私はベトナム語がとても好きです。
　　　　ホアさん、今、何時ですか。

ホア ： 今2時です。
　　　　私たち、教室に入りましょうね！

新しいことば　Từ mới　CD-23

à	ところで（話題を変える際に用いる）
Anh	英国（Anh ＝英*）tiếng Anh：英語、(nước) Anh：英国
ăn	食べる
bánh mì	パン
báo	新聞（báo ＝報*）
bây giờ	今
bia	ビール（仏語 bière から）
biết	知る
bố	父親　bố (của) tôi：私の父親、父
cám ơn	感謝する（ありがとう［２課］）
chúng ta	私たち（聞き手を含む）
chúng tôi	私たち（聞き手を含まない）
có	はい（動詞文の応答詞）
có ＋動詞	疑問文に対する có（はい）の肯定文で使用
có ＋動詞句＋ không?	〜ますか（動詞文の疑問）
cơm	ご飯　ăn cơm：（パンでなく）ご飯を食べる、食事する
đánh ten-nít	テニスをする（đánh：打つ、ten-nít：仏語 tennis から）
đâu	どこ　ở đâu：どこで
đi chơi	遊びに行く（đi：行く、chơi：遊ぶ）
đọc	読む
được đấy	いいですよ（誘いに応じての返事）
〜 giờ	〜時
giúp	手伝う（giúp ＋［人］）

hoa quả	果物（hoa quả ＝花果*）
học	勉強する、学ぶ（học ＝学*）
hút	吸う
không ＋動詞	～しません（動詞文の否定）
làm	～をする、行う　làm gì?：何をする？
luật	法律（luật ＝律*）
mấy giờ	何時（mấy：いくつ、giờ：時）
mẹ	母親　mẹ (của) tôi：私の母親、母
mua	買う
nghe	聞く　nghe nhạc：音楽を聴く
nhà hàng	レストラン
nhạc	音楽（nhạc ＝楽*）
nhé	～ね　⇒文法Ⅵ
nhưng	しかし、でも
nóng	熱い
nước	水
ở	～で（場所を示す）
phở	フォー（米粉からつくった麺。ベトナム庶民の味の代表）
～ phút	～分
quán cà phê	喫茶店（quán ＝館*）
thế à	そうですか（相づち）
thích	好む、好きだ
thuốc lá	煙草（thuốc：薬、lá：葉）
thương mại	商学（thương mại ＝商売*）
thường	通常、常日頃、いつも（thường ＝常*）

trà	お茶 （trà＝茶*）
trưa nay	今日の昼 （trưa：昼）
uống	飲む
～ và …	A（名詞）và B（名詞）＝AとB、 A（動詞）và B（動詞）＝AしてBする、 A（形容詞）và B（形容詞）：AくてB
vào	入る
vâng	ええ、はい（yes/no question に対する肯定の「はい」だけでなく、相手の話を聞いていることや相手の意見への賛意を表す場合にも用いる）
xem	見る、鑑賞する　xem ti-vi：テレビを見る

文法解説　Giải thích ngữ pháp

Ⅰ．動詞文(1)

　この課ではベトナム語の他動詞文を勉強します。**ベトナム語の動詞は形が変化しません（活用がありません）**。日本語や英語、独語など活用のある言語に比べて手のかからない点です。ベトナム語はいわゆるＳＶＯ言語ですので、日本語の「私はフォーを食べます」をベトナム語で表す場合、その語順は「私・食べます・フォー」という順序になります。

　Tôi ăn phở.　私はフォーを食べます。

　否定文は動詞の前に **không** を加えて、「**không** ＋動詞」とします。

　Tôi **không** ăn phở.　私はフォーを食べません。

　また、動詞句の部分を **có** と **không**? で挟むと、「～しますか」の疑問文を作ることができます。

　Anh ăn phở.　あなたはフォーを食べます。
　→ Anh **có** ăn phở **không**?　あなたはフォーを食べますか。

ここで他動詞文の肯定文、否定文、疑問文の例を見ておきましょう。

肯定文：Tôi uống bia.　私はビールを飲みます。
否定文：Chị ấy **không** ăn cá.　彼女は魚を食べません。
疑問文：Anh **có** đánh ten-nít **không**?　あなたテニスをしますか。

　動詞文の応答詞「はい」は形容詞文の場合と同様に **Có** です。名詞文での「はい」は Vâng、形容詞文と動詞文での「はい」は Có です。「いいえ」は名詞文、形容詞文、動詞文とも全て **Không** です。また、**動詞文においては có 〜 không? で質問され、答えが Có（はい）の場合、それに続く肯定文では「có ＋動詞」**とするのが一般的な形です（会話などでは **có** が落ちる場合もあります）。

Anh có biết số điện thoại của chị ấy không?
あなたは彼女の電話番号を知っていますか。
- **Có**, tôi **có** biết số điện thoại của chị ấy.　はい、私は彼女の電話番号を知っています。
- **Không**, tôi không biết số điện thoại của chị ấy.
　いいえ、私は彼女の電話番号を知りません。

次に「何を飲みますか」のように疑問詞 gì（何）のついた疑問文を紹介します。

Anh uống gì?　何を飲みますか。
- Tôi uống bia.　ビールを飲みます。

動詞の直後に疑問詞 gì（何）を置きます。このとき、uống cái gì? とは普通言いません。cái gì? と言うと「どんな物」を飲む？という感じになっておかしいです。「動詞 ＋ gì」の例文を見ておきましょう。

Anh ăn gì?　何を食べますか。　　- Tôi ăn bánh mì.　パンを食べます。
Chị uống gì?　何を飲みますか。　- Tôi uống trà.　お茶を飲みます。
Anh đọc gì?　何を読みますか。　　- Tôi đọc báo.　新聞を読みます。
Chị học gì?　何を勉強しますか。　- Tôi học tiếng Việt.　ベトナム語を勉強します。

Ⅱ．何をしますか：Anh làm gì?

làm は動詞「する」で、**làm gì** で「何をしますか」と尋ねる言い方です。答えは「新聞を読みます」「テニスをします」など無数にあります。Anh uống gì?、Chị ăn gì? などの疑問文に対する答えの文では gì の部分だけを入れ替えますが、上の Anh làm gì? では、làm gì の部分を入れ替える必要があります。

Anh uống gì?　何を飲みますか。→ Tôi uống bia.　私はビールを飲みます。
Chị ăn gì?　何を食べますか。→ Tôi ăn phở.　私はフォーを食べます。
Anh làm gì?　何をしますか。→ Tôi đọc báo.　私は新聞を読みます。
Anh làm gì?　何をしますか。→ Tôi xem ti-vi.　私はテレビを見ます。

Ⅲ．…も〜します：… cũng ＋動詞

「…も〜します」と言うときは、主語の直後に cũng を付け加えて「… cũng ＋動詞」という形にします。

Tôi đánh ten-nít. Anh ấy cũng đánh ten-nít.
私はテニスをします。彼もテニスをします。

Tôi hút thuốc lá. Anh ấy cũng hút thuốc lá.
私は煙草を吸います。彼も煙草を吸います。

Anh ấy xem ti-vi. Chị ấy cũng xem ti-vi.
彼はテレビを見ます。彼女もテレビを見ます。

Ⅳ．［場所］で：ở 〜

動作の場所を表すときは、ベトナム語では「ở ＋場所名詞」という形になります。ở は日本語の「〜で」に当たります。例文を見てみましょう。

Tôi uống cà phê ở đây.　私はここでコーヒーを飲みます。
Tôi ăn phở ở nhà hàng.　私はレストランでフォーを食べます。
Anh ấy đọc báo ở thư viện.　彼は図書館で新聞を読みます。
Chị ấy học tiếng Việt ở lớp học.　彼女は教室でベトナム語を勉強します。

「どこ」という意味のベトナム語の疑問詞は đâu です。「どこで〜しますか」と尋ねる場合の「どこで」は ở đâu? となります。

Chị uống cà phê ở đâu?　あなたはどこでコーヒーを飲みますか。
- Tôi uống cà phê ở đây.　私はここでコーヒーを飲みます。
Chị ấy học tiếng Việt ở đâu?　彼女はどこでベトナム語を勉強しますか。
- Chị ấy học tiếng Việt ở lớp học.　彼女は教室でベトナム語を勉強します。

V. 勧誘表現：Chúng ta ＋動詞句＋ nhé．（…しましょう）

「…しましょう（いかがですか）」という勧誘表現はベトナム語では「Chúng ta ＋動詞句＋ nhé」という文型になります。例文を見ておきましょう。

Chúng ta uống cà phê nhé．　コーヒーを飲みましょう。
Chúng ta đánh ten-nít nhé．　テニスをしましょう。

誘いに応じて「はい、いいですよ」と言うときは Vâng, được đấy. と言ってください。

chúng ta は「私たち」という人称代名詞です。ベトナム語では「話し手と聞き手を含めた『私たち』」を chúng ta と言い、「話し手の側だけで聞き手を含めない『私たち』」を chúng tôi と言います。日本語ではどちらの場合も「私たち」で、日本人はその違いを場面や状況、文脈などから判断していますが、ベトナム語はことばで区別します。

例えば、訪越した日本人の旅行団の団長がベトナムの人々（聞き手）に「私たちは日本からやって来ました」と言う場合の「私たち」は chúng tôi ですが、「私たち（聞き手も含めて）は世界から核兵器をなくすという共通の目標をもっています」などと言う場合の「私たち」は chúng ta です。

VI. 文末詞(1)：誘い・提案について相手の同意を求める nhé

日本語の「コーヒーを飲みましょうね」「行きましょうね」「お手伝いさせてくださいね」などの終助詞「ね」は、話し手が発する誘い「飲みましょう」「行きましょう」や提案「手伝わせてください」について、相手に同意を求めるという役割を負っています。ベトナム語では nhé がそれに当たります。nhé は文末に置かれ、偶然にも日本語の「～ね」と音も似ていて、日本人にはたいへん言いやすいことばです。

Chúng ta uống cà phê nhé．　コーヒーを飲みましょうね。
Chúng ta vào khách sạn và uống cà phê nhé．
ホテルに入ってコーヒーを飲みましょうね。
Tôi giúp anh nhé！　お手伝いしますね！

ベトナム語の文末詞 nhé と日本語の終助詞「ね」は「話し手からの誘い・提案について、聞き手に同意を求める」という点で使い方が重なっているわけですが、日本語の「ね」の方は、その他にも、「これ、ちょっと高いですね」「い

い天気になりましたね」など、話し手の判断について相手の同意を求める使い方もあります。しかし、ベトナム語の nhé にはその機能はありません（話し手の判断に同意を求める「ね」は第7課106頁の「文末詞(2) nhỉ」を参照ください。また、nhé のもう1つの使い方については第11課163頁を参照）。

Ⅶ. 程度副詞(2)：動詞を修飾する rất

会話文に Tôi rất thích tiếng Việt.（私はベトナム語がとても好きです）があります。rất は「とても、非常に」という意味の副詞で形容詞を修飾することを第3課の「文法解説Ⅲ」で紹介しました。この rất はさらに、喜怒哀楽を表す感情動詞（好む、感謝する、悲しむ、恨む、欲する、嫌う、等）を修飾することができます。

Tôi **rất** thích tiếng Việt.　私はベトナム語がとても好きです。（thích は動詞＝好む）
Tôi **rất** cám ơn anh ấy.　私は彼にたいへん感謝しています。

Ⅷ. 今、何時ですか：Bây giờ là mấy giờ?

時刻の言い方を紹介しましょう。**Bây giờ** は「今」、**mấy giờ** は「何時」という意味です。「何時？」と尋ねる場合は Mấy giờ? だけで充分です。

以下に時刻の言い方を一覧にします。

1時、2時などの時間の言い方は2課で学んだ1から12までの数字の後に「～時」を表す **giờ** を付け加えます。「数字＋giờ」です。

1時	một giờ	4時	bốn giờ	7時	bảy giờ	10時	mười giờ
2時	hai giờ	5時	năm giờ	8時	tám giờ	11時	mười một giờ
3時	ba giờ	6時	sáu giờ	9時	chín giờ	12時	mười hai giờ

次に「分」の言い方です。1分、10分などの言い方は「数字＋**phút**」です。

1分　một phút　　2分　hai phút　　3分　ba phút　…

数の数え方には例外（35頁参照）がありましたが、「分」の言い方にも適用されます。確認しておきましょう。

時刻について言っていることが明らかな場合には phút を省略してもかまいません。例外も含めて、幾つか例を見ておきましょう。

Bây giờ là **mấy giờ**? 今、何時ですか。
- Bây giờ là một **giờ**. 今、1時です。
- Bây giờ là hai **giờ** mười lăm **phút**. 今、2時15分です。
- Bây giờ là ba **giờ** ba mươi. 今、3時30分です。
- Bây giờ là bốn **giờ** năm mươi mốt. 今、4時51分です。
- Bây giờ là mười **giờ** bốn mươi lăm. 今、10時45分です。

Bài 4

コラム：還剣湖（Hồ Hoàn Kiếm）

　還剣湖（Hồ Hoàn Kiếm）はハノイの中心にある湖です。15世紀、中国の明軍に抗して独立を目指して戦っていた黎利（Lê Lợi）は、神から授かった剣によって劣勢をはね返し、見事独立を勝ち取り、黎朝を開いたと言われます。ある日、ハノイの湖上に遊んだ黎利のもとに、亀がやって来て、剣の返却を求めました。黎利が剣を湖に投げ込むと、亀は剣をくわえて潜っていったという故事が伝えられ、その故事から、この湖は還剣湖と呼ばれます。現在でも「亀の塔」が湖にあって、実際に亀を見ることもできます。

練習 A　Luyện tập A

1. Tôi ăn　phở.
　　　　　cơm.
　　　　　bánh mì.
　　　　　hoa quả.

2. Anh ấy có uống　cà phê　không?
　　　　　　　　 bia
　　　　　　　　 trà
　　　　　　　　 nước

3. Chị ấy không học　tiếng Việt.
　　　　　　　　　 kinh tế.
　　　　　　　　　 thương mại.
　　　　　　　　　 luật.

4. Anh Bình đọc báo ở　thư viện.
　　　　　　　　　　 công viên.
　　　　　　　　　　 khách sạn.

5. Bây giờ là　một giờ.
　　　　　　 ba giờ
　　　　　　 mấy giờ?

6. Anh ấy cũng　đánh ten-nít.
　　　　　　　 thích chó.
　　　　　　　 nghe nhạc.

7. Chúng ta　uống cà phê　nhé.
　　　　　 ăn cơm
　　　　　 vào lớp học

練習 B　Luyện tập B

1. Chị ấy uống cà phê. → Chị ấy **có** uống cà phê **không**?
   1) Anh Bình đọc báo. →
   2) Chị ấy thích mèo. →
   3) Anh ấy học tiếng Anh. →
   4) Anh biết số điện thoại của tôi. →

2. Anh có hút thuốc lá không?
   (Có) → **Có**, tôi **có hút** thuốc lá.
   (Không) → **Không**, tôi **không hút** thuốc lá.
   1) Anh có uống bia không? (Có) →
   2) Anh có đi chơi không? (Có) →
   3) Chị ấy có nghe nhạc không? (Không) →
   4) Anh có học tiếng Trung Quốc không? (Không) →

3. Anh uống **gì**? (cà phê) → Tôi uống cà phê.
   1) Anh ăn gì? (phở) →
   2) Chị mua gì? (bánh mì) →
   3) Anh đọc gì? (báo) →
   4) Chị học gì? (tiếng Anh) →

4. Anh **làm gì**? (nghe nhạc) → Tôi nghe nhạc.
   1) Anh làm gì? (đánh ten-nít) →
   2) Chị làm gì? (uống trà) →
   3) Anh làm gì? (đọc sách) →
   4) Chị làm gì? (xem ti-vi) →

5. Bây giờ là **mấy giờ**? (2 giờ) → Bây giờ là hai giờ.
   1) Bây giờ là mấy giờ? (4 giờ) →
   2) Bây giờ là mấy giờ? (8 giờ 15 phút) →
   3) Bây giờ là mấy giờ? (10 giờ 30 phút) →
   4) Bây giờ là mấy giờ? (12 giờ 45 phút) →

Bài 4

Bài 5

Anh về nhà vào lúc mấy giờ?
(何時に家に帰りましたか)

Mẫu câu cơ bản CD-24

1. Tôi **nghỉ**.
2. Chị **có** đi **không**?
3. Anh ấy **không** ngủ.
4. Hôm nay tôi học tiếng Việt **từ** 3 giờ **đến** 5 giờ.
5. **Hôm qua** tôi **đã** làm việc.
6. **Ngày mai** tôi **sẽ** làm việc.
7. Sáng nay anh dậy **vào lúc mấy giờ**?

Ví dụ CD-25

1. Anh có nghỉ không?
   - Có, tôi **có nghỉ**.
2. Chị **có** đi **không**?
   - Có, tôi có đi.
3. Anh ấy có ngủ không?
   - Không, anh ấy **không** ngủ.
4. Hôm nay anh học tiếng Việt **từ** mấy giờ **đến** mấy giờ?
   - Hôm nay tôi học tiếng Việt **từ** 3 giờ **đến** 5 giờ.
5. **Hôm qua** anh **có** làm việc **không**?
   - Có, hôm qua tôi **có** làm việc.
6. **Ngày mai** anh **có** làm việc **không**?
   - Có, ngày mai tôi **có** làm việc.
7. Sáng nay anh dậy **vào lúc mấy giờ**?
   - Sáng nay tôi dậy **vào lúc** 7 giờ.

基本文型

1. 私は休みます。
2. あなたは行きますか。
3. 彼は眠りません。
4. 今日、私は3時から5時までベトナム語を勉強します。
5. 昨日、私は仕事をしました。
6. 明日、私は仕事をします。
7. 今朝、あなたは何時に起きましたか。

例文

1. あなたは休みますか。
   －はい、私は休みます。
2. あなたは行きますか。
   －はい、私は行きます。
3. 彼は眠りますか。
   －いいえ、彼は眠りません。
4. 今日、あなたは何時から何時までベトナム語を勉強しますか。
   －今日、私は3時から5時までベトナム語を勉強します。
5. 昨日、あなたは仕事をしましたか。
   －はい、昨日、私は仕事をしました。
6. 明日、あなたは仕事をしますか。
   －はい、明日、私は仕事をします。
7. 今朝、あなたは何時に起きましたか。
   －今朝、私は7時に起きました。

Hội thoại Anh về nhà vào lúc mấy giờ? CD - 26

Hoa : Chào anh Imai.
     Đêm qua anh ngủ có ngon không?

Imai : Cám ơn chị, đêm qua tôi ngủ rất ngon.

Hoa : Hôm qua là chủ nhật.
     Anh làm gì?

Imai : Hôm qua tôi học tiếng Việt từ 3 giờ đến 5 giờ.
     Sau đó, tôi đi bộ xung quanh Hồ Hoàn Kiếm.
     Tôi đã vào hiệu sách và mua một quyển từ điển tiếng Việt mới.

Hoa : Thế à. Tốt quá.
     Anh về nhà vào lúc mấy giờ?

Imai : Tôi về nhà vào khoảng 7 giờ 30 phút.
     Tôi hơi mệt.

Hoa : Chủ nhật tuần sau, anh làm gì?

Imai : Tôi sẽ đi thăm Lăng Hồ Chí Minh.

会話 何時に家に帰りましたか。

ホア ： おはよう、今井さん。
　　　　昨夜はよく眠れましたか。

今井 ： ええ、とてもよく眠れました。

ホア ： 昨日は日曜日でした。
　　　　何をしましたか。

今井 ： 昨日は3時から5時までベトナム語を勉強しました。
　　　　それから、還剣湖の周りを歩きました。
　　　　本屋に入って、新しいベトナム語の辞書を1冊買いましたよ。

ホア ： そうですか。よかったですね。
　　　　何時に家に帰りましたか。

今井 ： 7時30分ごろ家に帰りました。
　　　　ちょっと疲れました。

ホア ： 来週の日曜日は何をしますか。

今井 ： ホーチミン廟に行きます。

新しいことば　Từ mới　CD-27

chơi	遊ぶ
chủ nhật	日曜日（chủ nhật＝主日*）⇒ 8課「文法Ⅲ」
dậy	起きる（目覚める）、体を起こす
đã ＋動詞	過去を表す　⇒文法Ⅱ
đêm qua	昨夜
đến ~	~まで　từ ~ đến ~：~から~まで
đi	行く　đi Osaka：大阪に行く
đi bộ	歩く（bộ＝歩*）
đi ngủ	ベッドに入る（đi：行く、ngủ：眠る）
đi thăm	訪れる（đi：行く、thăm：見学する）
đứng	立つ
hôm kia	一昨日（hôm：日）
hôm qua	昨日（hôm：日）
hơi ~	少し~だ（hơi＋形容詞／動詞）
Huế	フエ（ベトナム中部の古都）
khoảng ~	~ごろ
làm việc	仕事をする（làm：する、việc：仕事）
Lăng Hồ Chí Minh	ホーチミン廟
lúc	時（とき）　vào lúc mấy giờ?：何時に？
mệt	疲れる
ngày mai	明日
nghỉ	休む
ngồi	座る

ngủ	寝る
ngủ ngon	熟睡する（ngon：おいしい［3課］、⇒10課「文法Ⅲ」）
phim	映画（仏語 film から）　xem phim：映画を見る
quá	とても（形容詞＋quá、話者の驚きや感嘆などの気持ちが込められている）
sáng nay	今朝
sau đó	その後
sẽ ＋動詞	未来を表す　⇒文法Ⅱ
tháng trước	先月（tháng：月、trước：前の）
thứ bảy	土曜日
thứ hai	月曜日
tối qua	昨晩
tuần sau	来週（tuần：週、sau：あとの）
tuần trước	先週（tuần：週、trước：前の）
từ ～	～から　từ ～ đến ～：～から～まで
vào lúc ～	～時に（vào：入る、lúc：時） ～ vào lúc mấy giờ？：何時に～する？ 「～時ごろに」の場合は lúc を省く。 vào khoảng 7 giờ：7時ごろに
về	帰る　về nhà：帰宅する（nhà：家［2課］）
xung quanh ～	～の周り、～の周囲

【時を表すことば】 CD-28

一昨日	昨日	今日	明日	明後日
hôm kia	hôm qua	hôm nay	ngày mai	ngày kia

一昨日の朝	昨日の朝	今朝	明日の朝	明後日の朝
sáng hôm kia	sáng hôm qua	sáng nay	sáng mai	sáng ngày kia

一昨日の昼	昨日の昼	今日の昼	明日の昼	明後日の昼
trưa hôm kia	trưa hôm qua	trưa nay	trưa mai	trưa ngày kia
一昨日の晩	昨晩	今晩	明晩	明後日の晩
tối hôm kia	tối qua	tối nay	tối mai	tối ngày kia
一昨日の夜	昨夜	今夜	明日の夜	明後日の夜
đêm hôm kia	đêm qua	đêm nay	đêm mai	đêm ngày kia
先々週	先週	今週	来週	再来週
tuần trước nữa	tuần trước	tuần này	tuần sau	tuần sau nữa
先々月	先月	今月	来月	再来月
tháng trước nữa	tháng trước	tháng này	tháng sau	tháng sau nữa
一昨年	昨年	今年	来年	再来年
năm kia	năm ngoái	năm nay	năm sau	năm sau nữa

文法解説　Giải thích ngữ pháp

Ⅰ．動詞文(2)

　この課ではベトナム語の自動詞文を紹介します。ベトナム語がＳＶＯ言語であることはすでに紹介しました。自動詞文の場合、「ＳＶ」ですから、日本語の「私は休みます」をベトナム語で表すと、語順は「私・休みます」となって日本語と同じ順序です。

　　Tôi nghỉ.　私は休みます。

　他動詞文と同様、疑問文は動詞の部分を có と không? で挟み、否定文は動詞の前に không を置いて「không ＋動詞」とし、疑問文に Có（はい）と答える肯定文では「có ＋動詞」を使います。

Anh ấy nghỉ. 彼は休みます。
→ Anh ấy có nghỉ không? 彼は休みますか。
　- Có, anh ấy có nghỉ. はい、彼は休みます。
　- Không, anh ấy không nghỉ. いいえ、彼は休みません。

以下の文で、自動詞文の肯定文、疑問文、否定文を確認しましょう。

肯定文： Tôi ngồi. 私は座ります。
　　　　Anh ấy đi. 彼は行きます。
　　　　Anh ngủ. あなたは眠ります。
疑問文： Chị có ngồi không? あなたは座りますか。
　　　　Anh ấy có đi không? 彼は行きますか。
　　　　Anh có ngủ không? あなたは眠りますか。
否定文： Tôi không ngồi. 私は座りません。
　　　　Anh ấy không đi. 彼は行きません。
　　　　Anh không ngủ. あなたは眠りません。

Ⅱ．時間を表す表現(1)：過去を表す「đã＋動詞」

過去を表す動詞文について紹介しましょう。ベトナム語の動詞には活用がありません。過去を表す場合には動詞の前に đã を配置します。

Tôi nghỉ. 私は休みます。→ Tôi đã nghỉ. 私は休みました。
Tôi xem phim. 私は映画を見ます。→ Tôi đã xem phim. 私は映画を見ました。

「đã＋動詞」の形で過去の事柄を表すことが基本的な文法規則です。しかし、過去の時を表すことば（昨日、先週、先月など）があると、đã が省略されるのが普通です。

Hôm qua tôi đã ăn phở.
→ Hôm qua tôi ăn phở. 昨日、私はフォーを食べました。
Tuần trước anh ấy đã xem phim.
→ Tuần trước anh ấy xem phim. 先週、彼は映画を見ました。
Tháng trước chị ấy đã làm việc.
→ Tháng trước chị ấy làm việc. 先月、彼女は仕事をしました。

例えば Tôi xem phim. と言ったら、現在の文か過去の文か、判別できません。この文は、時に関しては何物も纏っていない「中立・超時」の文で、過去の時を表すことばが付けば、過去の文になりますし、未来の時を表すことばが付けば、未来の文にもなります。また、文脈によって過去の事実を表したり、話し手の意志を表す文に変身します。スタイリストはモデルに種々のメイクを施し、衣装を着せ、アクセサリーを付けて様々に変身させますが、この Tôi xem phim. はそのモデルのような存在です。衣装やアクセサリーによって、どうにでも変身します。動詞の活用がないベトナム語においては「時を表すことば」や「文脈」がたいへん重要であると言えるでしょう。

過去の時を表すことばがある、或いは文脈から過去であることが分かっている文で「đã +動詞」の形を使う場合は、その動作を行ったことを強調したい場合です。この課の会話文に次の文があります。

Tôi đã vào hiệu sách và mua một quyển từ điển tiếng Việt mới.
本屋に入って、新しいベトナム語の辞書を買ったんですよ。

この文は、文脈から過去の事柄であることが明確であるのに、「đã +動詞」の形です。「本屋に入って新しいベトナム語の辞書を買った」という事実を相手に伝えたい、という話し手の思いが đã に込められています。日本語では「〜したんですよ」といったところでしょう。đã は過去を表すだけでなく、話し手のそのような気持ちも表します。

次に過去の動詞文の否定文について学びましょう。

Tôi đã không ngủ.　私は眠りませんでした。
Anh ấy đã không xem phim.　彼は映画を見ませんでした。
Chị ấy đã không đi Huế.　彼女はフエに行きませんでした。

過去の否定文は「đã + không +動詞」となります。しかし、過去の肯定文の場合と同様に「đã + không +動詞」は基本的な規則であり、過去の時を表すことばがあれば、或いは文脈から過去であることが分かれば、通常 đã は省略されます。

Đêm qua tôi không ngủ.　昨夜は寝ませんでした。
Hôm kia chị ấy không làm việc.　一昨日、彼女は仕事をしませんでした。

疑問文を見てみましょう。

Đêm qua anh có ngủ không?　昨夜、寝ましたか。
Hôm qua anh ấy có xem phim không?　昨日、彼は映画を見ましたか。
Tuần trước chị ấy có làm việc không?　先週、彼女は仕事をしましたか。

動詞文の疑問文を作るときは、動詞句を có と không で挟むのでした。その規則を適用すれば、次のようになるはずです。

Anh ấy đã xem phim. → Anh ấy có đã xem phim không?［非文法的］
Chị ấy đã làm việc. → Chị ấy có đã làm việc không?［非文法的］

残念ながら（と、私たち外国人学習者は思うのですが）、ベトナム語では「có ＋ đã ＋動詞句＋ không?」という形は非文法的です。**過去の疑問文では đã が省略されます。**

Anh ấy có xem phim không?　彼は映画を見ましたか。
Chị ấy có làm việc không?　彼女は仕事をしましたか。

従って、過去の時を表すことばがなければ、一文の場合（文脈がない場合）、過去の文なのか、現在の文なのか、判断できないことになります。このことは上述の過去の肯定文、否定文の場合と同様です。

過去を表す動詞文の場合、応答詞「はい／いいえ」はもちろん「**Có／Không**」です。

Hôm qua anh có xem phim không?　昨日、映画を見ましたか。
- Có, hôm qua tôi có xem phim.　はい、昨日、映画を見ました。
- Không, hôm qua tôi không xem phim.　いいえ、昨日、映画を見ませんでした。

Ⅲ. 時間を表す表現(2)：未来を表す「sẽ ＋動詞」

未来を表す場合は、「sẽ ＋動詞」が基本的な形です。未来の時を表すことばがあれば sẽ が省略されることは「đã ＋動詞」の場合と同様です。

肯定文：Ngày mai tôi sẽ làm việc. → Ngày mai tôi làm việc.
　　　　　　　　　　　　　　　明日、私は仕事をします。

否定文の場合も、過去時制の「đã＋không＋動詞」と同様の考え方で、現在形の「không＋動詞」の前に sẽ を前接させて「sẽ＋không＋動詞」の形となります。もちろん、未来の時を表すことばがあれば、sẽ は省略されます。

否定文：Ngày mai tôi sẽ không làm việc. → Ngày mai tôi không làm việc.
　　　　　　　　　　　　　　　　　　　　明日、私は仕事をしません。

疑問文では、これも「đã＋動詞」の場合と同様、có … không? で挟み込んだ「có＋sẽ＋動詞句＋không?」という形は使いません。**未来の疑問文では sẽ は省略されます。**「未来の時を表すことば＋có＋動詞句＋không?」を使います。未来の時を表すことばがあれば、現在形の動詞文と同じ形ということです。

Ngày mai anh sẽ làm việc.
→ Ngày mai anh có sẽ làm việc không?［非文法的］
→ Ngày mai anh có làm việc không?　明日、仕事をしますか。
　- Có, ngày mai tôi có làm việc.　はい、明日、仕事をします。
　- Không, ngày mai tôi không làm việc.　いいえ、明日、仕事をしません。

未来を表す文であることが明らかな場合に「sẽ＋動詞」を使うのは「đã＋動詞」と同様、話し手が特に未来の行動であることを聞き手に伝えたい場合です。

Ⅳ. 〜から〜まで：từ 〜 đến 〜

từ は「〜から」、đến は「〜まで」の意味です。
「3時から5時まで」と言う場合、語順は日本語とは逆で「から・3時、まで・5時」となります。

Anh ấy học tiếng Anh từ 3 giờ đến 5 giờ.　彼は3時から5時まで英語を勉強します。
Đêm qua tôi ngủ từ 12 giờ đến 7 giờ.　昨夜、私は12時から7時まで寝ました。
Chị ấy làm việc từ thứ hai đến thứ bảy.
彼女は月曜から土曜まで働きます。

前の課で学んだ「ở 〜（〜で）」を加えると、少し長い文を作ることができます。

Ngày mai anh ấy làm việc ở công ty từ 9 giờ đến 5 giờ.
明日、彼は9時から5時まで会社で仕事をします。

「何時から？」「何時まで？」と聞きたいときは、前の課で学んだ「何時（mấy giờ?）」を使います。

    Từ mấy giờ?　何時から？
    Đến mấy giờ?　何時まで？
    Từ mấy giờ đến mấy giờ?　何時から何時まで？

V．何時に～しますか：～ vào lúc mấy giờ?

vào は「入る」という意味の動詞（⇒4課）で、lúc は「時」という意味です。mấy giờ? は「何時？」という意味でした（⇒「今、何時ですか」4課）。動作が行われる時刻を尋ねる（「何時に～しますか」）の「何時に」は～ vào lúc mấy giờ? と言います。例えば「7時に～」という答えは、～ vào lúc 7 giờ となります。

    Sáng nay anh dậy vào lúc mấy giờ?　今朝、何時に起きましたか。
    - Sáng nay tôi dậy vào lúc 7 giờ．今朝、7時に起きました。
    Tối qua anh đi ngủ vào lúc mấy giờ?　昨晩、何時に寝ましたか。
    - Tối qua tôi đi ngủ vào lúc 12 giờ．昨晩は12時に寝ました。

VI．程度副詞(3)：hơi ～（ちょっと～だ）

第3課で程度を表す副詞 rất と lắm を学びました。ここでは hơi（ちょっと）を紹介します。「hơi + 形容詞」の形です。khó（難しい）で難しさの程度を見てください。

rất	khó	とても難しい
	(khó lắm)	
	khó	難しい
hơi	khó	ちょっと難しい
không	khó	難しくない

rất、lắm、hơi は程度性をもつ形容詞を修飾して、その程度がどのぐらいなのかを示します。程度性をもつことば mệt（疲れる）、thích（好む、好きだ）なども修飾します。

    Tôi hơi mệt．　私はちょっと疲れています。

練習 A   **Luyện tập** A

1. Tôi ngủ.
      dậy.
      ngồi.
      đứng.

2. Anh ấy có ngủ   không?
             ngồi
             đi
             về

3. Chị ấy không ngủ.
                dậy.
                chơi.
                về.

4. Anh Bình học từ 7 giờ đến 9 giờ ở thư viện.
                   10 giờ   12 giờ
                   1 giờ   3 giờ
                   2 giờ   4 giờ

5. Anh ấy đã đọc báo.
             xem phim.
             học tiếng Việt.
             chơi.

6. Chị ấy dậy   vào lúc mấy giờ?
          ăn cơm
          về
          đi ngủ

練習 B　Luyện tập B

1． Chị **có** ngồi **không**?　(Có) → Có, tôi có ngồi.
　　　　　　　　　　　　(Không) → Không, tôi không ngồi.
　1） Anh có ngủ không? (Không) →
　2） Chị có nghỉ không? (Có) →
　3） Anh có dậy không? (Không) →
　4） Chị có đi không? (Có) →

2． Anh học **từ** mấy giờ **đến** mấy giờ?
　　 (7 ～ 9) → Tôi học **từ** 7 giờ **đến** 9 giờ.
　1） Anh ngủ từ mấy giờ đến mấy giờ? (12 ～ 7) →
　2） Chị xem ti-vi từ mấy giờ đến mấy giờ? (1 ～ 2) →
　3） Anh đọc sách từ mấy giờ đến mấy giờ? (3 ～ 4) →
　4） Chị đánh ten-nít từ mấy giờ đến mấy giờ? (5 ～ 6) →

3． Anh dậy.　(**vào lúc mấy giờ**?) → Anh dậy **vào lúc mấy giờ**?
　1） Anh ăn cơm.　(vào lúc mấy giờ?) →
　2） Chị đi ngủ.　(vào lúc mấy giờ?) →
　3） Anh ấy về.　(vào lúc mấy giờ?) →

4． Tôi làm việc. (**đã**) → Tôi **đã** làm việc.
　　　　　　　　(**sẽ**) → Tôi **sẽ** làm việc.
　1） Tôi xem phim. (đã) →
　2） Anh Bình đi Huế. (sẽ) →
　3） Chị ấy không vào khách sạn. (đã) →
　4） Tôi không mua từ điển. (sẽ) →

5． 質問にベトナム語で答えなさい。
　1） **Hôm qua** anh/chị **có** làm việc **không**?
　2） **Đêm qua** anh/chị ngủ **từ** mấy giờ **đến** mấy giờ?
　3） **Ngày mai** anh/chị về nhà **vào lúc mấy giờ**?
　4） **Ngày mai** là chủ nhật. Anh/Chị có đi chơi không?

Bài 6

Tôi hay đi chợ.
（私はよく市場に行きます）

Mẫu câu cơ bản CD-29

1. Tôi **đi** Osaka.
2. Từ Nhật Bản đến Việt Nam **bằng** máy bay **mất bao nhiêu tiếng đồng hồ**?
3. **Khi nào** chị sẽ về nước?
4. Tôi đến Việt Nam **vào ngày** 30 tháng 4 năm 2000.
5. Tôi **muốn** ăn phở.

Ví dụ CD-30

1. Anh **có** đi Osaka **không**?
   - Có, tôi **có đi** Osaka.
   - Không, tôi **không** đi Osaka.
2. Từ Nhật Bản đến Việt Nam **bằng** máy bay **mất bao nhiêu tiếng đồng hồ**?
   - Mất 6 tiếng đồng hồ.
3. **Khi nào** chị sẽ về nước?
   - Tháng sau tôi về nước.
4. Anh đến Việt Nam khi nào?
   - Tôi đến Việt Nam **vào ngày** 30 tháng 4 năm 2000.
5. Anh có muốn ăn phở không?
   - Có, tôi có **muốn** ăn phở.

基本文型

1. 私は大阪に行きます。
2. 日本からベトナムまで飛行機で何時間かかりますか。
3. いつあなたは帰国しますか。
4. 私は2000年4月30日にベトナムに来ました。
5. 私はフォーが食べたいです。

例文

1. あなたは大阪に行きますか。
   - はい、私は大阪に行きます。
   - いいえ、私は大阪に行きません。
2. 日本からベトナムまで飛行機で何時間かかりますか。
   - 6時間かかります。
3. いつあなたは帰国しますか。
   - 来月私は帰国します。
4. あなたはいつベトナムに来ましたか。
   - 私は2000年4月30日にベトナムに来ました。
5. あなたはフォーが食べたいですか。
   - はい、私はフォーが食べたいです。

Hội thoại   Tôi hay đi chợ.   CD-31

Hoa : Anh Imai, anh đến Việt Nam khi nào?

Imai : Tôi đến Việt Nam vào ngày 30 tháng 4.

Hoa : Từ Nhật Bản đến Việt Nam bằng máy bay mất bao nhiêu tiếng đồng hồ?

Imai : Bằng máy bay mất 6 tiếng đồng hồ.

Hoa : Anh đến Hà Nội đã được một tháng, phải không?
Trong một tháng này, anh đã đi đâu?

Imai : Tôi đã đi Vịnh Hạ Long và Huế.
Trong thành phố Hà Nội tôi đã đi thăm Viện bảo tàng Lịch sử, Hồ Hoàn Kiếm, v.v..
Tôi hay đi chợ gần nhà tôi.

Hoa : Anh mua gì ở chợ?

Imai : Tôi mua gạo, rau, trứng, hoa quả, v.v..
Hoa quả Việt Nam ngon lắm.
Tôi muốn ăn nhiều loại hoa quả.

会話　私はよく市場に行きます。

ホア　　：　今井さん、あなたはいつベトナムに来ましたか。

今井　　：　私はベトナムに4月30日に来ました。

ホア　　：　日本からベトナムまで飛行機で何時間かかりますか。

今井　　：　飛行機で6時間かかります。

ホア　　：　ハノイに来て1か月たちましたね。
　　　　　　このひと月の間に、どこに行きましたか。

今井　　：　私はハロン湾とフエに行きました。
　　　　　　ハノイの街の中では歴史博物館や還剣湖などに
　　　　　　行きました。
　　　　　　私はよく家の近くの市場に行きます。

ホア　　：　市場で何を買いますか。

今井　　：　私は米、野菜、卵、果物などを買います。
　　　　　　ベトナムの果物はとても美味しいです。
　　　　　　私はたくさんの種類の果物を食べたいです。

新しいことば　Từ mới　CD-32

bao giờ	いつ　⇒文法Ⅲ
bao nhiêu	どのぐらい　bao nhiêu tiếng đồng hồ？：何時間？
bằng ～	～で（手段を示す）
đã được ＋期間	～が過ぎた（được：得る）
đến	至る（行く／来る）（⇒ từ … đến ～：…から～まで［5課］）
đi chợ	市場に行く（chợ：市場）
đi làm	仕事に行く
gạo	米
gặp	（人と／に）会う（⇒ rất vui được gặp ～：～に会えてとても嬉しいです［1課］）
… gần ～	～の近くの…
hàng ngày	毎日
hay	しばしば、頻繁に（おもしろい［3課］）
khi nào	いつ　⇒文法Ⅲ
không	ゼロ
lâu	久しい　Mất bao nhiêu lâu?：時間がどのぐらいかかる？
lên	上の方に（lên ⇔ xuống）
loại	種類（loại ＝類*）
máy bay	飛行機（máy：機械、bay：飛ぶ）
mất	（時間、お金が）かかる
mồng	1日から10日までの日付に添える　⇒文法Ⅳ
mùa thu tới	今度の秋（mùa：季節、thu ＝秋*、tới：やってくる）
muốn	欲する（muốn ＋動詞：～したい）
năm	年

ngày	日　vào ngày …：…日に
ngày kia	明後日
nghìn	千
nhiều ＋名詞	多くの、たくさんの〜　nhiều loại：たくさんの種類、nhiều người：多くの人
núi	山
nước	国（水［4課］）về nước：帰国する
nước ngoài	外国（nước：国、ngoài：外の、nước：水［4課］）
ra	〜の外に（ra ⇔ vào）
rau	野菜
sinh ra	生まれる
tàu điện	電車（điện ＝電*）
tầng 〜	〜階　tầng 3：3階
tháng	月　tháng một：1月、một tháng：ひと月、một tháng này：このひと月
tháng sau	来月
thành phố	都市（thành phố ＝城鋪*） thành phố Hồ Chí Minh：ホーチミン市
〜 tiếng đồng hồ	〜時間（tiếng 〜：〜語、đồng hồ：時計）
trong	〜の中　trong một tháng này：このひと月の間に
trứng	卵
tuần	週
vào 〜	①〜の中に（vào ⇔ ra）②〜日／月／年に（⇒ vào lúc…［5課］）
về	自身の所属場所の方に（帰る［5課］）
Vịnh Hạ Long	ハロン湾（Vịnh Hạ Long ＝湾下龍*）
v.v.	等等（vân vân の略、vân vân と読む）（vân vân ＝云云*）

Bài 6

xe buýt	バス（仏語 autobus から）
xe đạp	自転車（đạp：踏む）
xe máy	オートバイ
xe tắc-xi	タクシー（仏語 taxi から）
xuống	下の方に（xuống ⇔ lên）

文法解説　Giải thích ngữ pháp

Ⅰ. 動詞文(3)：移動動詞 đi（行く）

Ngày mai tôi **đi** Yokohama.　明日、私は横浜に行きます。
Hôm kia tôi **đi** bưu điện.　一昨日、郵便局に行きました。
Ngày mai anh có **đi** bệnh viện không?　明日、病院に行きますか。
Hôm qua tôi không **đi** ngân hàng.　昨日、私は銀行に行きませんでした。

「**đi**＋場所名詞」で「〜に行く」を表します。疑問文、否定文の作り方はこれまで学んできた動詞の場合と同様です。第4課で学んだ疑問詞 đâu（どこ）と組み合わせ、đi đâu? とすると「どこに行きますか」になります。

Anh **đi** đâu?　あなたはどこに行きますか。

ベトナム語の「行く（đi）」という動詞は「移動する」といった意味で、đi のあとに「方向を示すことば」を置くことが多く、その「方向を示すことば」の方が実質的な意味となる場合があります。đi の後ろに「方向を示すことば」を接続させる例を見てみましょう。

<u>建物など、内部に入って行く場合</u>：đi **vào**＋場所名詞（vào：〜の中に）
　Tôi đi **vào** khách sạn.　私はホテル（の中）に行きます。
　Tôi đi **vào** đại sứ quán.　私は大使館（の中）に行きます。

<u>高い所に行く場合</u>：đi **lên**＋場所名詞（lên：上の方に）
　Tôi đi **lên** tầng 3.　私は3階に（上がって）行きます。
　Tôi đi **lên** núi.　私は山に（のぼって）行きます。

低い所に行く場合：đi **xuống** ＋場所名詞（xuống：下の方に）

 Tôi đi **xuống** tầng 1.　私は１階に（下りて）行きます。

 Tôi đi **xuống** núi.　私は山を下ります。

自宅、自国等、所属している場所に行く場合：đi **về** ＋場所名詞（về：自分の所属する方に）

 Tôi đi **về** nhà.　私は家に帰ります。

 Tôi đi **về** nước.　私は国に帰ります。

以上、「đi ＋場所名詞」という基本型と「đi ＋方向を示すことば＋場所名詞」の基本的な形を紹介しました。

ここで注意すべきことが２つあります。

① Tôi đi **đến** trường.　私は学校に行きます。

「学校に行く」は đi **đến** trường と言います。đi trường と言わないでください。đi を省略して đến trường と言うことが多いです。đến には５課で紹介した「〜まで」という意味のほかに、動詞「至る」という意味もあります。đến は từ 〜 đến 〜 では「〜まで」として振る舞っていますが、đến trường では動詞として振る舞います。đến trường で「学校に至る → 学校に行く」という意味のイディオムと覚えましょう。đi **đến** nhà bạn（友達の家に行く）も同様のケースで đi nhà bạn とは言いません。略すなら đến nhà bạn と言います。

 Hàng ngày chúng tôi **đến** trường.　毎日、私たちは学校に行きます。
 Hôm nay anh có **đến** trường không?　今日、学校に行きますか。
 Hôm qua chị ấy không **đến** trường.　昨日、彼女は学校に行きませんでした。
 Anh ấy **đến** nhà bạn.　彼は友達の家に行きます。

② Anh ấy đi ra Ga Hà Nội.　彼はハノイ駅に行きます。

「駅に行く」「空港／港に行く」など、そこから遠方への拡がりがある場所に行く場合「đi **ra** ＋場所名詞」（ra：外へ）という形を用います。「駅に行く」は「đi ra ＋ ga（駅）」、「空港に行く」は「đi ra ＋ sân bay（空港）」となります。この場合も省略するのでしたら、đi の方を省略して ra ga、ra sân bay と言うのが普通で、ra を省略して đi ga、đi sân bay とは言いません。

Tôi đi ra ga.　駅に行きます。
Tôi đi ra sân bay.　空港に行きます。

次に「đi +動詞句（〜しに行く）」を紹介しましょう。ベトナム語では動詞と動詞が直接結びつく「動詞＋動詞」という形が可能です。

Tôi đi ăn cơm.　私はご飯を食べに行きます。
Ngày kia tôi đi gặp bạn.　明後日、私は友達に会いに行きます。
Chị Hoa đã đi mua hoa quả.　ホアさんは果物を買いに行きました。
Ngày mai anh có đi làm không?　明日、仕事に行きますか。

ところで、ベトナム語は「**人の行動を言葉にする**」という点では日本語より具体的であると言えるでしょう。例えば、話し手はまず đi を取り出して「外に向かって移動する」ことを相手に伝え、その後に lên と続けて上の方に向かうことを聞き手に連想させたり、ra と続けて遠方への拡がりを想像させたり、thăm と続けて具体的な行動のイメージを浮かばせたりします。**人の行動をことばによって、相手に鮮明な映像を浮かばせるように話そうとする、ベトナム語はそのような言語に見えます。「日本語からの発想や日本語の置き換えでは必要ないと思われることばを付け足すと、ベトナム語らしい表現になる」**という現象が、この đi だけでなく他の言葉にもよく起こります。

II．動詞文(4)：移動動詞 đến（来る）

đến は第5課で「〜から（từ）〜まで（đến）」の形で勉強し、今また動詞「至る（行く）」の意味で使われることを紹介しました。

Tôi học tiếng Việt từ 3 giờ đến 5 giờ.　私は3時から5時までベトナム語を勉強します。
Hôm nay tôi đến trường.　今日、私は学校に行きます。

đến は「〜まで」、動詞「至る（行く）」という意味の他に、動詞「来る」という意味でも用いられ、「đến ＋場所名詞」（〜に来る）という形で使います（これも「至る」から派生した使い方です）。

Hôm kia tôi đến Hà Nội.　一昨日、私はハノイに来ました。
Anh đến đây vào lúc mấy giờ?　あなたは何時にここに来ましたか。
Ngày mai anh có đến đây không?　明日、あなたはここに来ますか。
Hôm nay chị Hoa không đến đây.　今日、ホアさんはここに来ません。

đến に関して、若干やっかいな使い方を紹介します。

A：Anh đi đâu?　どこに行きますか。
B：1)　Tôi đi bưu điện.　郵便局に行きます。
　　2)　Tôi đến bưu điện.

上の場合、1)、2)どちらも可能です。「どこに行く？」と尋ねられたBさんが、現在いる場所に立っているという意識で発言すれば1)ですし、Bさんが郵便局を中心的なものと考え、自分自身を郵便局に立たせて発言すれば2)になります。従って、この場合 Tôi đến bưu điện. の日本語は「郵便局に来ます」ではなく、「郵便局に行きます」です。

日本語では通常、話し手は物理的な位置関係で「行く／来る」を選択するのに対して、ベトナム語では、物理的な位置関係で「行く／来る」を選択するほかに、話し手が頭の中で自分自身を目的地に立たせて「〜に行く」の意味で「đến＋場所名詞」を選択するということです。

A：Chị đi đâu?　どこ行くの？
B：Tôi đến Việt Nam.　ベトナムに行くの。
　　（話し手は頭の中で自身をベトナムの地に立たせている。）

「đi＋動詞句」は「〜しに行く」という目的を表しましたが、「đến＋動詞句」も同様で、「〜しに来る」の意味です。

Chị ấy **đến** ăn cơm.　彼女はご飯を食べに来ます。
Ngày mai anh ấy **đến** gặp tôi.　明日、彼は私に会いに来ます。

Ⅲ．疑問詞「いつ」: khi nào? / bao giờ?

「いつ」を表す疑問詞は khi nào? と bao giờ? の２つです。未来の事柄を尋ねる場合は khi nào?、bao giờ? を文頭に置き、過去の事柄を尋ねる場合は文末に置きます。他の語との関係で単語が変化すること（いわゆる語形変化）がないベトナム語では語順がとても大切です。

Khi nào anh sẽ đi Osaka?　いつ大阪に行きますか。
- Tháng sau tôi đi Osaka.　来月、大阪に行きます。
Anh đến Việt Nam **khi nào**?　いつベトナムに来ましたか。
- Tôi đến Việt Nam tháng trước.　先月、ベトナムに来ました。

khi nào? と bao giờ? の相違点を紹介します。

(1) A：Tôi sẽ đi Việt Nam vào mùa thu tới.　この秋にベトナムに行きます。
　　B：**Khi nào** anh đi?　いつ行くんですか。
(2) A：Tôi sẽ đi Việt Nam.　私はベトナムに行きます。
　　B：**Bao giờ** anh đi?　いつ行くんですか。

　話し手と聞き手の間に、ある限定された期間について共通の認識があり、その期間の中の「いつ」かを尋ねる場合には khi nào? を用います（1）。共通認識期間がない場合は bao giờ? を用います（2）。khi nào?、bao giờ? の選択には、話し手の「どの期間か分かっているよ」或いは「分かっていないよ」という気持ちが込められています。コミュニケーションをスムーズに行うための仕掛けと言っても良いでしょう。

Ⅳ．年月日の言い方

　「日付」の言い方は「日＋数字」です。1 日〜 10 日までは **mồng** という語が挟まります。その他は数字を置くだけです。

```
 1日  ngày mồng một    11日  ngày mười một    21日  ngày hai mươi mốt
 2日  ngày mồng hai    12日  ngày mười hai    22日  ngày hai mươi hai
 3日  ngày mồng ba     13日  ngày mười ba     23日  ngày hai mươi ba
 4日  ngày mồng bốn    14日  ngày mười bốn    24日  ngày hai mươi bốn
 5日  ngày mồng năm    15日  ngày mười lăm    25日  ngày hai mươi lăm
 6日  ngày mồng sáu    16日  ngày mười sáu    26日  ngày hai mươi sáu
10日  ngày mồng mười   20日  ngày hai mươi    30日  ngày ba mươi
```

「月」の言い方も「月＋数字」で、日本語と反対です。

```
1月  tháng một    4月  tháng tư    7月  tháng bảy   10月  tháng mười
2月  tháng hai    5月  tháng năm   8月  tháng tám   11月  tháng mười một
3月  tháng ba     6月  tháng sáu   9月  tháng chín  12月  tháng mười hai
```

「4 月」は tháng **tư** と言い、tháng bốn とは言いません（tư ＝ 四＊）。

「年」の言い方も「年＋数字」で、日本語と逆です。

2005 年：năm 2005　　2010 年：năm 2010

ベトナム語で 2006 年 4 月 30 日と言う場合、順序は日本語と逆で「日・月・年」という順番で言います。

2006 年 4 月 30 日：Ngày 30 tháng 4 năm 2006

Ngày 30 tháng 4 năm 2006 は次のように読みます。
　　ngày ba mươi tháng tư năm hai nghìn không trăm linh sáu（linh ＝ 零＊）。
　　　　　　　　　　　　　　　　2千　　ゼロ　百　零　6

V．〜年〜月〜日に：vào ngày / tháng / năm 〜

「〜年〜月〜日に」の「〜に」に当たるのが **vào** 〜です。

Tôi đến Hà Nội **vào** ngày 30 tháng tư.　私は 4 月 30 日にハノイに来ました。
Anh ấy sinh ra **vào** ngày 15 tháng 7 năm 1990.
彼は 1990 年 7 月 15 日に生まれました。

「何時何分に」のような時刻の「〜に」は vào lúc 〜で表し（⇒5課）、年月日の「何年に」や「何月何日に」などの「〜に」は vào ngày／tháng／năm 〜で表します。
vào 〜は①動詞「〜に入ります」という意味と、② đi vào 〜の形で「入っていく」という方向を表し、さらに③「（時刻）に」「（年月日）に」という意味も表します。

VI．どのぐらいかかりますか？：mất bao nhiêu 〜？

「どのぐらいかかりますか」の「かかります」に当たるベトナム語の動詞は **mất** です。このあとに、数量を尋ねる疑問詞 **bao nhiêu** を続け、そのあとに「時間（tiếng đồng hồ）」を添えれば「どのぐらいの時間がかかりますか」となり、「日（ngày）」を添えれば「どのぐらいの日数がかかりますか」となります。

Mất bao nhiêu	tiếng đồng hồ	?	何時間かかりますか。
	ngày		何日かかりますか。
	tuần		何週間かかりますか。
	tháng		何か月かかりますか。
	năm		何年かかりますか。
	lâu		どのぐらいかかりますか。

時間や日数、月数や年数を言わずに、単に「どのぐらいかかりますか」と言う場合は、Mất bao nhiêu lâu? と言います。Mất bao nhiêu lâu? は時間の長さを問う表現の一番上位に位置する表現です。Mất bao lâu? と、nhiêu を省略する言い方もあります。

また、「飛行機で」「車で」など移動の手段を表す日本語の「～で」に当たるベトナム語は bằng ～です（xe は乗り物に添えられる類別詞。また、xe には車輪付きの乗り物という意味もある）。

bằng	máy bay（飛行機で）	xe buýt（バスで）	xe ô-tô（自動車で）
	xe máy（オートバイで）	xe đạp（自転車で）	xe tắc-xi（タクシーで）
	tàu điện（電車で）		

Tôi đi Osaka bằng Shinkansen. 私は新幹線で大阪に行きます。
Anh Bình về nhà bằng xe buýt. ビンさんはバスで家に帰ります。

そこで、「日本からベトナムまで飛行機で何時間ぐらいかかりますか」は次のようになります。

Từ Nhật Bản đến Việt Nam bằng máy bay mất bao nhiêu tiếng đồng hồ?
- Từ Nhật Bản đến Việt Nam bằng máy bay mất 6 tiếng đồng hồ.

VII. 願望（～したい）：muốn ＋動詞句

「muốn ＋動詞」で「～したい」という願望を表します。muốn（欲する）は動詞です。

Tôi muốn đi Việt Nam. 私はベトナムに行きたいです。
Tôi muốn ăn nhiều loại hoa quả. 私はたくさんの種類の果物が食べたいです。
Anh muốn uống gì? あなたは何が飲みたいですか。
Anh ấy muốn xem phim. 彼は映画を見たがっています。
Chị muốn làm gì? あなたは何がしたいですか。
- Tôi muốn đi nước ngoài. 私は外国に行きたいです。

否定文と疑問文も確認しておきましょう。

Anh có muốn đi xem phim không?　あなたは映画を見に行きたいですか。
- Có, tôi có muốn đi.　はい、行きたいです。
- Không, tôi không muốn đi.　いいえ、行きたくありません。

Bài 6

コラム：ベトナムの世界遺産

　2005年現在ベトナムでは世界遺産として5か所が指定されています。ハロン湾（Vịnh Hạ Long）、古都フエ（Huế）、聖地ミーソン（Mỹ Sơn, チャンパ遺跡の中心地）、かつての国際貿易都市ホイアン（Hội An）、原生林のPhong Nha - Kẻ Bàng 地域です。

　ハロン湾はハノイから国道1号線を東方に200キロほど走ったところにあります。「海の桂林」と呼ばれるように湾内には数千の奇岩が点在しており、湾内を遊覧して楽しむ観光コースもあります。ハロン（Hạ Long）を漢字に直せば「下龍」。龍が水を飲むためにこの地に下りて来たという言い伝えから「下龍」という名がつけられたという説もあります。

　中部にある4つの世界遺産の方は、いっぺんに4か所をつなぐ、Con đường Di Sản miền Trung（中部遺産の道）という欲張った観光コースが最近組まれました。

練習 A   Luyện tập A

1. Anh đi   Osaka.
             bưu điện.
             ngân hàng.
             đâu?

2. Anh ấy có   đi ra ga   không?
               đi vào khách sạn
               đi xuống tầng 1
               đi đến trường

3. Chị ấy không   đến đây.
                  đi ra sân bay.
                  về nước.
                  về nhà.

4. Từ Tokyo đến Osaka bằng   máy bay   mất bao nhiêu tiếng đồng hồ?
                             tàu điện
                             xe buýt
                             xe ô-tô

5. Khi nào anh   về nước?
                 đi Việt Nam?

   Anh   đến Nhật Bản   khi nào?
         xem phim này

6. Tôi muốn   đọc sách.
              đi chơi.
              nghỉ.
              đi gặp bạn.

練習 B Luyện tập B

1. Chị có đi ngân hàng không? (Có) → Có, tôi có đi ngân hàng.
   (Không) → Không, tôi không đi ngân hàng.
   1) Anh có đi bưu điện không? (Có) →
   2) Chị có đi bệnh viện không? (Không) →
   3) Anh có đi đến nhà bạn không? (Có) →
   4) Chị có đi đến trường không? (Không) →

2. Từ Tokyo đến Osaka bằng Shinkansen **mất** bao nhiêu tiếng đồng hồ?
   (3) → Mất ba tiếng đồng hồ.
   1) Từ Hà Nội đến Huế bằng máy bay mất bao nhiêu tiếng đồng hồ?
      (2) →
   2) Từ Tokyo đến Hakata bằng Shinkansen mất bao nhiêu tiếng đồng hồ?
      (6) →

3. Anh đi **bằng** gì? (xe ô-tô) → Tôi đi bằng xe ô-tô.
   1) Chị đi bằng gì? (tàu điện) →
   2) Anh ấy về nhà bằng gì? (xe đạp) →
   3) Chị ấy đến đây bằng gi? (xe tắc-xi) →

4. Tôi đi _____ khách sạn. → Tôi đi <u>vào</u> khách sạn.
   1) Tôi đi _____ nhà bạn.
   2) Anh Bình đi _____ ga.
   3) Hôm nay chị ấy có đi _____ trường không?
   4) Tôi không đi _____ núi.

5. 質問にベトナム語で答えなさい。
   1) Hôm qua anh/chị có đi đến trường không?
   2) Từ nhà anh/chị đến trường/công ty mất bao nhiêu lâu?
   3) Bao giờ anh/chị đi Việt Nam?
   4) Ngày mai anh/chị có đi làm không?
   5) Anh/Chị muốn làm gì?

復習クイズ（1）
(Bài 1 ～ Bài 6)

Ⅰ．次の文の疑問文と否定文を書きなさい。
1) Đây là điện thoại di động.
2) Cái áo dài này đẹp.
3) Anh ấy hút thuốc lá.

Ⅱ．下の文が答えとなるように上の文の _____ に疑問詞を書きなさい。
1) Anh uống _____ ?
   - Tôi uống trà.
2) Đây là cái _____ ?
   - Đó là máy vi tính.
3) Cà phê Việt Nam _____ _____ ?
   - Cà phê Việt Nam ngon lắm.
4) Bây giờ là _____ _____ ?
   - Bây giờ là ba giờ.
5) _____ _____ anh đi Việt Nam?
   - Tuần sau tôi đi Việt Nam.
6) Từ Hà Nội đến Sa Pa bằng xe ô-tô mất _____ _____ tiếng đồng hồ?
   - Mất 4 tiếng đồng hồ.
7) Anh đi _____ ?
   - Tôi đi Osaka.
8) Đây là máy vi tính của _____ ?
   - Của tôi.
9) Tên chị là _____ ?
   - Tên tôi là Hoa.
10) Anh đọc báo ở _____ ?
    - Tôi đọc báo ở thư viện.

11) Chị muốn làm _____?
    - Tôi muốn xem phim.

Ⅲ． 次の文に適当な類別詞を入れなさい。
 1) Đây là _____ bàn.
 2) Đó là _____ từ điển tiếng Việt.
 3) Kia là _____ mèo của tôi.
 4) Đây là _____ ô-tô của anh ấy.

Ⅳ． （　　）の中の言葉を文の適当なところに入れなさい。答えは番号で書きなさい。
 1) Bố tôi đánh ten-nít. ___①___ Mẹ tôi ___②___ đánh ___③___ ten-nít. (cũng)
 2) Tiếng Việt khó lắm. Tiếng ___①___ Nhật ___②___ khó ___③___ lắm ___④___.(cũng)
 3) Anh ấy là nhà báo. ___①___ Chị ___②___ ấy ___③___ là ___④___ nhà báo. (cũng)
 4) Ngày ___①___ mai ___②___ tôi ___③___ xem ___④___ phim. (sẽ)
 5) Hôm qua ___①___ anh Bình ___②___ không ___③___ đến trường ___④___. (đã)

Ⅴ． 自身のことに即して、次の質問にベトナム語で答えなさい。
 1) Tên anh/chị là gì?
 2) Từ nhà anh/chị đến trường/công ty mất bao nhiêu tiếng đồng hồ?
 3) Hôm qua anh/chị có đi làm không?
 4) Anh/Chị có hút thuốc lá không?
 5) Anh/Chị có uống cà phê không?
 6) Anh/Chị có muốn đi Việt Nam không?
 7) Tiếng Việt thế nào?
 8) Anh/Chị thích ăn gì?
 9) Bây giờ là mấy giờ?
 10) Hôm qua anh/chị đi ngủ vào lúc mấy giờ?

Bài 7

Tôi đi cùng, có được không?
(一緒に行っても、いいですか)

Mẫu câu cơ bản CD-33

1. **Ở** trên bàn **có** máy vi tính.
2. **Ở** trên bàn **có** máy vi tính **không**?
3. **Ở** trên bàn **không** có máy vi tính.
4. Chị Mai **ở** đây.
5. Chị Mai **có** ở đây **không**?
6. Chị Mai **không** ở đây.
7. Tôi hút thuốc lá ở đây, **có được không**?
8. Bây giờ anh Bình **đang** đọc sách.

Ví dụ CD-34

1. 2. 3. Ở trên bàn **có** máy vi tính **không**?
   - Có, ở trên bàn **có** máy vi tính.
   - Không, ở trên bàn **không** có máy vi tính.
4. 5. 6. Chị Mai **có ở** đây **không**?
   - Có, chị Mai **có ở** đây.
   - Không, chị Mai **không ở** đây.
7. Tôi hút thuốc lá ở đây, **có được không**?
   - Vâng, **xin mời**.
8. **Có phải** bây giờ anh Bình đang đọc sách **không**?
   - Vâng, bây giờ anh Bình **đang** đọc sách.

基本文型

1. 机の上にコンピュータがあります。
2. 机の上にコンピュータがありますか。
3. 机の上にコンピュータはありません。
4. マイさんはここにいます。
5. マイさんはここにいますか。
6. マイさんはここにいません。
7. ここで煙草を吸ってもいいですか。
8. 今、ビンさんは本を読んでいます。

例文

1.2.3. 机の上にコンピュータがありますか。
　　　－はい、机の上にコンピュータがあります。
　　　－いいえ、机の上にコンピュータはありません。
4.5.6. マイさんはここにいますか。
　　　－はい、マイさんはここにいます。
　　　－いいえ、マイさんはここにいません。
7. ここで煙草を吸ってもいいですか。
　　　－はい、どうぞ。
8. 今、ビンさんは本を読んでいますか。
　　　－はい、今、ビンさんは本を読んでいます。

Hội thoại   Tôi đi cùng, có được không?   CD - 35

Imai : Chị Hoa, tôi muốn đi thăm Lăng Hồ Chí Minh.

Hoa : Tôi cũng muốn đi.

....

Imai : Có nhiều người nhỉ.
   Cũng có người dân tộc thiểu số.
   Quần áo của người dân tộc thiểu số đẹp nhỉ.
   A, anh Bình! Anh Bình ơi!

Bình : A, anh Imai và chị Hoa!
   Anh chị đang làm gì ở đây đấy?

Imai : Chúng tôi đi thăm Lăng Hồ Chí Minh.

Bình : Tôi đi cùng, có được không?

Imai : Vâng, xin mời.
   Chỗ bán vé ở đâu?

Hoa : Chỗ bán vé ở kia.

Imai : Một chiếc vé bao nhiêu tiền?

Hoa : Một chiếc 2,000 đồng.
   Tôi mua vé nhé!

会話　一緒に行っても、いいですか。

今井　：　ホアさん、私はホーチミン廟に見学に行きたいです。

ホア　：　私も行きたいわ。

....

今井　：　たくさん人がいますね。
　　　　　少数民族の人たちもいます。
　　　　　少数民族の人たちの衣装はきれいですね。
　　　　　あっ、ビンさんだ。ビンさーん。

ビン　：　あっ、今井さんとホアさん！
　　　　　ここで何してるんですか。

今井　：　私たち、ホーチミン廟に見学に行きます。

ビン　：　一緒に行っても、いいですか。

今井　：　はい、どうぞ。
　　　　　切符売り場はどこにありますか。

ホア　：　切符売り場はあそこにあります。

今井　：　1枚、いくらですか。

ホア　：　1枚、2,000ドンです。
　　　　　私が切符を買いますね！

新しいことば　Từ mới　CD-36

a	あっ（何かに気づいたとき）
anh chị	あなたたち（男女１名ずつ）
bán	売る
cách	方法
cái đó	それ
cái kia	あれ
cái này	これ
cánh đồng	田畑
cặp	鞄
cây	木
chiếc	類別詞（製品、切符等に添える）
chỗ	場所　chỗ bán vé：切符売り場
có	～がある／いる
có được không?	いいですか？（許可を求める）
có phải ～ không?	～していますか（動作の継続の疑問）⇒文法Ⅴ
cùng	ともに（動詞＋cùng：ともに～する）
dân tộc	民族*
dễ	簡単な（dễ：易しい⇔khó：難しい［3課］）
dùng	使う
dưới ～	～の下
đang +動詞	～している
～ đấy	文末に添えて話し手の気持ちを表す　⇒文法Ⅶ
đi cùng	一緒に行く

đồng	ドン（ベトナムの通貨単位）（2005年8月現在の為替レート1円＝約141ドン）
giường	ベッド
hỏi	尋ねる、問う　hỏi một chút：ちょっと尋ねる
hộp	箱
không được	だめ　⇒文法Ⅲ
kiếm tiền	金を稼ぐ（kiếm：探し求める、tiền：お金）
một chút	ちょっと
mượn	借りる
nhỉ	〜ね（話し手の判断について同意を求める）　⇒文法Ⅵ
nói chuyện	話をする（nói：話す、言う、chuyện：話）
ở …	（場所）に（ある／いる）、（〜は…に）ある／いる
phòng vệ sinh	トイレ（phòng：部屋、vệ sinh＝衛生*）
quần áo	衣服（quần：ズボン、áo：上着、衣服）
thiểu số	少数*
thư	手紙（thư＝書*）viết thư：手紙を書く
tiền	お金　bao nhiêu tiền？：いくら？
trên 〜	〜の上
vâng	はい（動作の継続の疑問文 Có phải … không? の応答詞）
vé	切符　một chiếc vé：切符1枚
ví	財布
viện bảo tàng mỹ thuật	美術館（viện bảo tàng mỹ thuật＝院宝蔵美術*）
viết	書く
xem	手に取って品物を見る（xem ti-vi：テレビを見る［4課］）
xin mời	どうぞ　Vâng, xin mời.：はい、どうぞ。（許可を与えるときのことば）

Bài 7

文法解説　Giải thích ngữ pháp

Ⅰ．存在文：ở … có ～（…に～があります／います）

存在文「…に～があります／います」の言い方を勉強しましょう。例文を見てください。

　Ở Hà Nội có Hồ Hoàn Kiếm．　ハノイに還剣湖があります。
　Ở trong phòng có anh Bình．　部屋の中にビンさんがいます。
　Ở trên bàn có máy vi tính．　机の上にコンピュータがあります。
　Ở dưới ghế có con mèo．　椅子の下に猫がいます。

ở … có ～ という文型で「…に～があります／います」を表します。「［場所］に」は「ở ＋場所を表す名詞」です。この ở は 4 課で「動作の場所（…で～します）」を示すときに用いることを学びましたが、存在の場所「…に」もこの ở で表します。

có は「あります／います」のどちらにも使うことができます。これまでの課で có は có … không? の形で疑問文を作るときに登場していましたが、「あります／います」という意味の動詞としての顔ももっています。

否定文を見てください。

　Ở trong phòng không có anh Bình．　部屋の中にビンさんはいません。
　Ở trong lớp học không có sinh viên．　教室の中に学生はいません。
　Ở trong ví không có tiền．　財布の中にお金はありません。

「あります／います」の có は動詞ですから、動詞の否定文を作る際の規則に従って có の前に không を置けば否定文を作ることができます。

次に疑問文ですが、これまで学んできた規則に従えば、次のようになるはずです。

　Ở trong phòng có có anh Bình không?　［非文法的］

しかし、この文では có が 2 つ続いて言いにくいので、初めの có は省略されて文末の không が代表して疑問文を表す役割を果たします。

　Ở trong phòng có anh Bình không?　部屋の中にビンさんがいますか。

Ở trên bàn có máy vi tính **không**?　机の上にコンピュータがありますか。
Ở trong lớp học có sinh viên **không**?　教室の中に学生がいますか。

同様に、疑問文に対する肯定の応答文においても「có＋動詞」は適用されません。

Ở trong lớp học có sinh viên không?　教室の中に学生がいますか。
- Có, ở trong lớp học có sinh viên.　はい、教室の中に学生がいます。
- Không, ở trong lớp học không có sinh viên.　いいえ、教室の中に学生はいません。

また、「机の上」と言う場合のベトナム語の語順は上の例にある通り、「上・机」となって日本語と逆の語順です。「『上下』などの位置関係を示す語＋一般名詞」という語順です。

ở trên hộp（箱の上に）　　ở trong hộp（箱の中に）
ở dưới hộp（箱の下に）　　ở xung quanh hộp（箱の周りに）

場所名詞を伴わずに「あります／ありません」「います／いません」と言うことも可能です。

Có anh Bình không?　ビンさん、いますか。
Không có anh Bình.　ビンさんはいません。
Có nước không?　水がありますか。
Không có cách dễ kiếm tiền.　お金を儲ける簡単な方法はありません。

疑問詞 ai（誰）、gì（何）を使う文も見てください。

Ở trong lớp học có ai?　教室に誰がいますか。
Ở dưới bàn có cái gì?　机の下に何がありますか。
Ở trên cây kia có con gì?　あの木の上に何がいますか。

Ⅱ．所在文：〜 ở … （〜は…にあります／います）

話題になっている人や物の所在を表す「〜は…にあります／います」のベトナム語は以下の通りです。

Máy vi tính của tôi **ở** trên bàn.　私のコンピュータは机の上にあります。
Anh Bình **ở** đây.　ビンさんはここにいます。
Con mèo nhà tôi **ở** trên giường.　うちの猫はベッドの上にいます。

ở はこの文型では「…にあります／います」という意味の動詞となっています。これまでの課で学んだこととともに整理すると、ở は①「[場所]で（〜します）」、②「[場所]に（〜があります／います）」、③「…にあります／います」の3つの意味があるということになります。**どの言語でも基本的な語は意味領域がたいへん広いわけですが、ベトナム語も例外ではなく、この ở も広い意味領域をカバーしています。**

この文型の疑問文、否定文の作り方などは規則通りです。

Anh Bình có ở đây không?　ビンさんはここにいますか。
- Có, anh Bình có ở đây.　はい、ビンさんはここにいます。
- Không, anh Bình không ở đây.　いいえ、ビンさんはここにいません。

また、「〜はどこにいますか／ありますか」と尋ねるときは疑問詞 đâu を使って「〜 ở đâu?」と言います。

Anh Bình ở đâu?　ビンさんはどこにいますか。
Điện thoại di động của anh ở đâu?　あなたの携帯電話はどこにありますか。
Chỗ bán vé ở đâu?　切符売り場はどこにありますか。
Phòng vệ sinh ở đâu?　トイレはどこですか。
Xin lỗi, khách sạn ABC ở đâu?　すみません、ＡＢＣホテルはどこですか。

Ⅲ．許可を求める言い方：〜 , có được không?

「〜してもいいですか？」と「許可を求める」ときは、文末に **, có được không?** を付け加えます。có được không? は、ここでは決まった言い方として覚えておきましょう。được に関する説明は 12 課で行います。

Tôi hút thuốc lá ở đây**, có được không?**　ここで煙草を吸ってもいいですか。
Tôi đi về**, có được không?**　帰ってもいいですか。
Xin lỗi, tôi xem cái áo dài này**, có được không?**
すみません、このアオザイ、見てもいいですか。

「はい、どうぞ」と許可するときは、**Vâng, xin mời**.
「いいえ、だめです」と言うときは、**Không, không được**.

と返事をしてください。

Tôi dùng máy vi tính này, **có được không?**
このコンピュータを使ってもいいですか。

- **Vâng, xin mời**. はい、どうぞ。

Tôi nghỉ một chút, **có được không?** ちょっと休んでもいいですか。

- **Không, không được**. いいえ、だめです。

Ⅳ. これ、いくらですか：Cái này bao nhiêu tiền?

「いくらですか」はベトナム語で **Bao nhiêu tiền**? と言います。bao nhiêu は「どのくらい」の意味で、数量を尋ねる疑問詞でした（⇒ 6 課）。

物を指して「これはいくらですか」と尋ねるときは、Cái này bao nhiêu tiền? と言います。「これ」に当たるベトナム語は **Cái này** で、1 課で学んだ đây（これ、ここ）は「これ」か「ここ」かはっきりしないので普通使いません。

また、「それはいくらですか」の「それ」には物であることをはっきり示すために **cái** を添えて、「**Cái đó**（それ）」を、「あれは…」には「**Cái kia**（あれ）」を使ってください。

5 課で学んだ「何時間かかりますか」を含めて、疑問詞 bao nhiêu を使った表現を整理しておきましょう。

Mất bao nhiêu tiếng đồng hồ? 何時間かかりますか。
- Mất một tiếng đồng hồ. 1 時間かかります。
Cái đó **bao nhiêu tiền**? それはいくらですか。
- Mười nghìn đồng. 1 万ドンです。（mười nghìn ＝ 十・千 ＝ 一万）
Số điện thoại của anh là bao nhiêu? あなたの電話番号は何番ですか。（2 課）
- Số điện thoại của tôi là 012-345-6789. 私の電話番号は 012-345-6789 です。

Ⅴ. 動作の継続：đang ＋動詞

動作の継続「～しています」は「**đang** ＋動詞」という形式で表すことができます。

Anh Bình **đang** đọc sách ở thư viện. ビンさんは図書館で本を読んでいます。
Tôi **đang** ăn cơm. 私はご飯を食べています。

疑問文、否定文、それぞれの応答詞も確認しておきましょう。

Có phải bây giờ chị ấy đang xem ti-vi **không**? 　今、彼女はテレビを見ていますか。
- **Vâng**, chị ấy đang xem ti-vi. 　はい、彼女はテレビを見ています。
- **Không**, chị ấy **không** xem ti-vi. 　いいえ、彼女はテレビを見ていません。

疑問文は文全体を **Có phải** ～ **không**? で挟みます。phải はここでは「正しい」という意味の形容詞ですので、文字通りの意味は「『今、彼女はテレビを見ている』というのは正しいですか」ということになります。「có + đang + 動詞 + không」という形は非文法的です。応答詞「はい」は **vâng** を使います。

また、否定文は không + đang という組み合わせはできないので、「**không** + 動詞」が使われます（không は動詞、形容詞を否定するという機能を備えていますが、đang や 5 課で学んだ đã、sẽ などを否定する機能はもっていません）。Bây giờ という時を表すことばや場面が、現在進行中の動作であることを支え、đang を省略しても意思の疎通に支障が生じないようしています。逆に言えば、Chị ấy không xem ti-vi. だけでは、「彼女はテレビを見ません」なのか、「彼女はテレビを見ていません」なのか、判断できないことになります。

đang を含む文と疑問詞とを組み合わせてみましょう。

Anh đang uống gì? 　あなたは何を飲んでいますか。
Chị ấy đang làm gì? 　彼女は何をしていますか。
Anh ấy đang nghe nhạc ở đâu? 　彼はどこで音楽を聴いていますか。

VI. 文末詞（2）：〜 nhỉ（話し手の判断について同意を求める）

話し手が判断した事柄について、聞き手に同意を求める場合、文末に **nhỉ** を添えます。日本語では「〜ね」がその役割を負っています。

Phở này ngon **nhỉ**. 　このフォー、おいしいですね。
Có nhiều người **nhỉ**. 　たくさん人がいますね。

日本語の「〜ね」は 4 課で紹介した「一緒に行きましょうね」のように「話し手の誘いや提案に相手の同意を求める」機能と、ここで紹介した「話し手の判断について同意を求める」機能の両方を備えています。ベトナム語では前者を nhé が、後者を nhỉ が、それぞれ分担しています。

Ⅶ. 文末詞 (3)：～ đấy?

次の2文を比べてください。

Anh đi đâu?　どこに行きますか。
Anh đi đâu **đấy**?　どこに行くんですか。

日本語に「～のです／～んです」という言い方があります。例えば、どこかに出かける友人と会ったときには、「どこ行くの？」（どこに行くの／んですか）と尋ねるでしょう。話し手は相手が「どこかに行く」ということを分かっていて、その上で「行く」ことに付随した、さらなる情報を求めようとしています。このように話し手がある事柄について既に情報を持っていて、その情報に付随した、さらなる情報を得たい、説明を欲しているというサインが「～のですか」に託されています。ベトナム語では文末に **đấy?** を付け加えることによって、話し手のその心的態度を表します。

Anh đang làm gì?　何をしていますか。
Anh đang làm gì **đấy**?　何をしているんですか。

～ đấy? に対しては、～ đấy. と答えても、đấy を添えなくとも大丈夫です。

練習 A　Luyện tập A

1. Ở trên bàn có　máy vi tính.
　　　　　　　　　con mèo.

　Ở dưới ghế có　một quyển sách.
　　　　　　　　con chó.

　Ở　trong　　　 nhà có con mèo.
　　 xung quanh

2. Ở trên bàn có　đĩa mềm　　không?
　　　　　　　　máy vi tính

3. Ở trong lớp học không có | bàn.
　　　　　　　　　　　　　　　| sinh viên.

4. Xe ô-tô của anh Bình ở | đây.
　　　　　　　　　　　　　| đâu?

　Con trâu của chị Hoa ở | trên cánh đồng.
　　　　　　　　　　　　　| đâu?

5. Đĩa mềm của anh có ở | trong hộp | không?
　　　　　　　　　　　　| đây

6. Điện thoại di động của tôi không ở | trong cặp.
　　　　　　　　　　　　　　　　　　　| trong xe ô-tô của tôi.

7. Tôi | hút thuốc lá ở đây　　　| , có được không?
　　　 | dùng điện thoại này
　　　 | mượn quyển sách này
　　　 | hỏi một chút

8. Bây giờ chị Hoa đang | làm việc.
　　　　　　　　　　　　| ăn cơm ở nhà hàng.
　　　　　　　　　　　　| viết thư ở trong phòng của chị ấy.
　　　　　　　　　　　　| nói chuyện.

9. Có phải | anh Bình đang đọc sách ở thư viện | không?
　　　　　 | anh ấy đang nghe nhạc ở trong phòng
　　　　　 | chị Tanaka đang học tiếng Việt
　　　　　 | bà ấy đang làm việc

10. Bây giờ | tôi　　| không | viết thư.
　　　　　　| chị ấy |　　　　| nói chuyện.
　　　　　　| ông ấy |　　　　| xem ti-vi.

練習 B   Luyện tập B

1. Ở trên bàn **có** máy vi tính **không**?
   (Có) → Có, ở trên bàn **có** máy vi tính.
   (Không) → Không, ở trên bàn **không có** máy vi tính.
   1) Ở trong phòng có ti-vi không ? (Không) →
   2) Ở dưới ghế có con mèo không? (Có) →
   3) Ở trên bàn có điện thoại di động không? (Không) →
   4) Ở gần nhà anh có viện bảo tàng mỹ thuật không? (Có) →

2. Anh Bình có ở đây không? (Có) → Có, anh Bình **có ở** đây.
   (Không) → Không, anh Bình **không ở** đây.
   1) Anh ấy có ở trong phòng không? (Có) →
   2) Chị Hoa có ở đó không? (Không) →
   3) Con chó của anh có ở kia không? (Có) →

3. Anh ăn cơm. (đang, ?) → **Có phải** anh **đang** ăn cơm **không**?
   1) Anh ấy ngủ. (đang, ?) →
   2) Chị ấy xem ti-vi. (đang, ?) →
   3) Chị Hoa đánh ten-nít. (đang, ?) →
   4) Anh nghe nhạc. (đang, ?) →

4. Phở này ngon _____. (nhé / nhỉ) → Phở này ngon **nhỉ** .
   Chúng ta uống cà phê _____. (nhé / nhỉ) → Chúng ta uống cà phê **nhé**.
   1) Máy vi tính này tốt _____. (nhé / nhỉ)
   2) Chúng ta cùng đi _____. (nhé / nhỉ)
   3) Chị ấy đẹp lắm _____. (nhé / nhỉ)
   4) Ngày mai chúng ta đi thăm công viên _____. (nhé / nhỉ)

5. 質問にベトナム語で答えなさい。
   1) Ở trong phòng của anh/chị có ti-vi không?
   2) Bây giờ anh/chị đang làm gì?
   3) Tôi hút thuốc lá ở đây, có được không?

Bài 8

Hôm nay trời nóng nhỉ.

(今日は暑いですね)

Mẫu câu cơ bản CD - 37

1. Hôm nay **trời mưa**.
2. Hôm nay trời **có** mưa **không**?
3. Hôm nay trời **không** mưa.
4. Hôm nay **trời nóng**.
5. Hôm nay trời **có** nóng **không**?
6. Hôm nay trời **không** nóng.
7. Tôi **phải** đi công tác.
8. Anh Bình đánh ten-nít **với** chị Hoa.

Ví dụ CD - 38

1. 2. 3. Hôm nay trời **có** mưa **không**?
    - Có, hôm nay **trời có mưa**.
    - Không, hôm nay trời **không** mưa.
4. 5. 6. Hôm nay trời **có** nóng **không**?
    - Có, hôm nay **trời nóng**.
    - Không, hôm nay trời **không** nóng.
7. Anh **có** phải đi công tác **không**?
    - Có, tôi **có phải** đi công tác.
8. Anh Bình đánh ten-nít **với** ai?
    - Anh Bình đánh ten-nít **với** chị Hoa.

基本文型

1. 今日は雨が降ります。
2. 今日は雨が降りますか。
3. 今日は雨は降りません。
4. 今日は暑いです。
5. 今日は暑いですか。
6. 今日は暑くないです。
7. 私は出張しなければなりません。
8. ビンさんはホアさんとテニスをします。

例文

1.2.3. 今日は雨が降りますか。
　　　－はい、今日は雨が降ります。
　　　－いいえ、今日は雨は降りません。
4.5.6. 今日は暑いですか。
　　　－はい、今日は暑いです。
　　　－いいえ、今日は暑くないです。
7. あなたは出張しなければなりませんか。
　　　－はい、私は出張しなければなりません。
8. ビンさんは誰とテニスをしますか。
　　　－ビンさんはホアさんとテニスをします。

Hội thoại   Hôm nay trời nóng nhỉ.   CD - 39

Imai : Chị Hoa, hôm nay trời nóng quá nhỉ.

Hoa : Vâng, hôm nay trời nóng quá.

Imai : Ở Hà Nội, tháng nào trời nóng nhất trong năm?

Hoa : Ở Hà Nội, tháng 6 trời nóng nhất trong năm.
Còn Tokyo thế nào?

Imai : Tokyo, tháng 8 trời nóng nhất.
Chị Hoa, bây giờ là tháng 6, cho nên trời nóng nhỉ.

Hoa : Vâng, đúng rồi .
Anh Imai ơi, hôm nay là ngày bao nhiêu?

Imai : Chị chờ một chút nhé.
Tôi xem điện thoại di động.
A, hôm nay là ngày 15.

Hoa : Thế thì tối nay có tiệc mừng sinh nhật cô Hà.
Tôi phải đi dự tiệc.
Anh đi cùng với tôi nhé.

Imai : Vâng, cám ơn chị. Tôi rất vui được tham gia.

会話 今日は暑いですね。

今井 ： ホアさん、今日はとても暑いですね。

ホア ： ええ、今日はとても暑いです。

今井 ： ハノイでは、何月が一年で一番暑いですか。

ホア ： ハノイでは6月が一番暑いです。
東京はどうですか。

今井 ： 東京は8月が一番暑いです。
ホアさん、今は6月です、それで暑いんですね。

ホア ： ええ、その通りです。
今井さん、今日は何日ですか。

今井 ： ちょっと待ってくださいね。
携帯電話を見ます。
あ、今日は15日です。

ホア ： だったら、今晩、ハー先生の誕生日のパーティがあります。
私はパーティに出なければなりません。
私と一緒に行きますよね。

今井 ： はい、ありがとう。参加するのは嬉しいです。

新しいことば　Từ mới　CD-40

bánh ngọt	ケーキ
câu lạc bộ ten-nít	テニスクラブ（câu lạc bộ ＝倶楽部＊）
cho nên	だから、それで
chờ	待つ　chờ một chút：ちょっと待つ
có	持つ　trời có mây：空が雲を持つ→曇りだ　⇒文法Ⅰ、9課
cô	女性教師の尊称　cô Hà：ハー先生　（⇒ thầy：男性教師の尊称［10課］）
dạy	教える
đẹp	（天気が）いい（美しい、きれいな［3課］）
đi công tác	出張する（công tác ＝工作＊）
đi dự tiệc	パーティーに参加する（dự：参加する、tiệc：パーティ）
đúng rồi	その通りだ（đúng：正確な）
gió	風
Hà	ハー（ベトナム人女性の名前）
lạnh	寒い（lạnh ⇔ nóng）
lo	心配する
mát	涼しい
mây	雲　Trời có mây：空が雲を持つ→曇りだ
mưa	雨が降る
mừng	祝う
～ nào	どの～（名詞＋ nào）
năm bao nhiêu	何年
năm nay	今年

nắng	日差しが強い
ngày bao nhiêu	何日
nhất	一番（nhất ＝ 一*）
nói	話す、言う　nói tiếng Việt：ベトナム語を話す
nóng	暑い（nóng ⇔ lạnh）（熱い［4課］）
nộp	納める
phải ＋動詞	〜しなければならない　⇒文法Ⅱ
rất vui được 〜	〜できて嬉しい　⇒12課
sinh nhật	誕生日（sinh nhật ＝生日*）
tham gia	参加する（tham gia ＝参加*）
tháng mấy	何月
tháng này	今月
thế thì	それならば
thổi	吹く
thuế	税金
thuốc	薬（thuốc lá：煙草［4課］）
thứ 〜	〜番目
thứ ba	火曜日
thứ mấy	何曜日
thứ năm	木曜日
thứ sáu	金曜日
thứ tư	水曜日
tiệc	パーティ　tiệc mừng：お祝いのパーティ
tối nay	今晩

trả	払う　trả tiền：金を払う
trong năm	一年の中で
trời	天、空　⇒文法Ⅰ
tuyết	雪が降る（tuyết＝雪*）
với ＋［人］	［人］と　⇒文法Ⅳ
xin lỗi	謝る、謝罪する（すみません［2課］）

文法解説　Giải thích ngữ pháp

Ⅰ．天気の表現：trời …

天気に関する言い方を紹介しましょう。

1) Trời nóng.　暑いです。
2) Trời lạnh.　寒いです。
3) Trời đẹp.　天気がいいです。
4) Trời mưa.　雨が降ります。
5) Trời tuyết.　雪が降ります。
6) Trời có mây.　曇りです。

trời 〜という文型で「暑い／寒い／（天気が）いい／雨が降る」等を表します。trời は「空」という意味ですが、訳す必要はありません。文型として見れば trời が主語に立っている文で、trời のあとには形容詞（nóng、lạnh、đẹp 等）、動詞（mưa、tuyết 等）が置かれます（上の1)〜3)は形容詞文、4)〜6)は動詞文、6)の có は「もつ」）。疑問文、否定文も規則通りです。

Trời có nóng không?　暑いですか。
Trời không nóng.　暑くないです。
Trời có mưa không?　雨が降りますか。
Trời không mưa.　雨が降りません。

他の表現も紹介しましょう。第7課で学んだ動作の継続を表す「đang +動詞」は、「人の動作の継続」だけでなく、天気を表す現象文でも使います。

Trời đang mưa.　雨が降っています。
Trời mưa to.　大雨です。
Trời có nhiều mây.　雲が厚いです。
Gió thổi.　風が吹きます。
Gió đang thổi.　風が吹いています。

Ⅱ．義務の表現：phải +動詞（〜しなければなりません）

「〜しなければならない」（「義務」や「必要性」）は「**phải** +動詞」で表します。

Tôi **phải** làm việc.　私は働かなければなりません。
Anh Bình **phải** đi công tác.　ビンさんは出張に行かなければなりません。
Chúng ta **phải** nộp thuế.　私たちは税金を納めなければなりません。
Chị Lan **phải** ở đây.　ランさんはここにいなければなりません。
Anh ấy **phải** về nước.　彼は国に帰らなければなりません。
Tôi **phải** nói tiếng Việt.　私はベトナム語を話さなければなりません。

疑問文を作るときは、phải以下を có 〜 không? で挟み込みます。

Tôi có phải trả tiền không?　私はお金を払わなければなりませんか。
Anh ấy có phải đi công tác không?　彼は出張に行かなければなりませんか。

「phải +動詞」の前に khôngを置いて「**không phải** +動詞」とすると、否定文「〜しなくてもいいです」になります。応答詞も含めて確認しておきましょう。

Tôi có phải trả tiền không?　私はお金を払わなければなりませんか。
- Không, anh **không phải** trả tiền.　いいえ、あなたはお金を払わなくてもいいです。
- Có, anh có phải trả tiền.　はい、あなたはお金を払わなければなりません。
Anh ấy có phải đi công tác không?　彼は出張に行かなければなりませんか。
- Không, anh ấy **không phải** đi công tác.　いいえ、彼は出張に行かなくてもいいです。
- Có, anh ấy có phải đi công tác.　はい、彼は出張に行かなければなりません。

　疑問文に対して応答詞 Có（はい）で答える場合、「có phải +動詞」の形が基本ですが、会話の中では cóが落ちることもあります。

ここで、これまで学んだ phải の使い方を整理しておきましょう。
① 名詞文の疑問文、否定文を作る（1課）
　　Anh có phải là sinh viên không?　あなたは学生ですか。
　　Đây không phải là máy vi tính.　これはコンピュータではありません。
② 付加疑問文を作る（2課）
　　Kia là khách sạn, phải không?　あれはホテルです、よね？
③ 継続を表す文の疑問文を作る（7課）
　　Có phải anh ấy đang nghe nhạc không?　彼は音楽を聞いていますか。
④ 義務を表す文を作る（8課）
　　Tôi phải làm việc.　私は働かなければなりません。
　　Anh ấy không phải làm việc.　彼は働かなくてもいいです。

Ⅲ．曜日の言い方：Hôm nay là thứ hai.（今日は月曜日です）

曜日の言い方を紹介します。

日曜日	月曜日	火曜日	水曜日
chủ nhật	thứ hai	thứ ba	thứ tư
木曜日	金曜日	土曜日	
thứ năm	thứ sáu	thứ bảy	

　月曜日から土曜日までは thứ ということばが入っています。thứ は序数詞の「一番目」「二番目」などと言うときの「〜番目」という意味です。

一番目	thứ nhất	二番目	thứ hai	三番目	thứ ba	四番目	thứ tư
五番目	thứ năm	六番目	thứ sáu	七番目	thứ bảy	八番目	thứ tám

　一番目は thứ nhất と言い、thứ một と言いません。また、四番目は thứ tư で、thứ bốn と言いません。

　曜日はこの何番目という表現を使って表されます。「二番目（thứ hai）」で「月曜日」、「三番目（thứ ba）」で「火曜日」となっていきます。日曜日だけは「第一番目の日」と言わずに「chủ nhật ＝ 主日＊」と言います。「何曜日？」と尋ねるときは「thứ mấy?（いくつ目の日？）」と言います。

Hôm nay là **thứ mấy**? 今日は何曜日ですか。
- Hôm nay là thứ hai. 今日は月曜日です。

ここで疑問詞 **mấy**（いくつ）の使い方を整理しておきましょう。

① Bây giờ là **mấy** giờ? 今、何時ですか。（4課）
② Hôm qua anh dậy vào lúc **mấy** giờ? 昨日、何時に起きましたか。（5課）
③ Hôm nay là thứ **mấy**? 今日は何曜日ですか。（8課）

また、「今日は何日？」などの言い方も紹介しましょう。

Hôm nay là **ngày bao nhiêu**? 今日は何日ですか。
Tháng này là **tháng mấy**? 今月は何月ですか。
Năm nay là **năm bao nhiêu**? 今年は何年ですか。

IV．［人］と～する：Tôi đánh ten-nít với bạn.（友だちとテニスをします）

「［人］と～する」と言うときの「［人］と」は「**với** ＋［人］」という形です。

Tối qua tôi ăn cơm **với** bạn. 昨晩、私は友だちと食事をしました。
Ngày mai chúng tôi đi chơi **với** bạn. 明日、私たちは友だちと遊びに行きます。
Bây giờ chị Hoa đang nói chuyện **với** anh Bình.
今、ホアさんはビンさんと話をしています。
Hôm nay anh Bình đánh ten-nít ở câu lạc bộ ten-nít **với** chị Hoa.
今日、ビンさんはホアさんとテニスクラブでテニスをします。

疑問詞 ai（誰）を使うと、「誰と～しますか」という疑問詞疑問文になります。

Hôm nay anh Bình đánh ten-nít **với** ai? 今日、ビンさんは誰とテニスをしますか。
Hôm nay anh đã nói chuyện **với** ai? 今日、誰と話をしましたか。
Hôm qua chị nói chuyện ở trường đại học **với** ai?
昨日、大学で誰と話しましたか。

từ ～ đến ～、ở ～を組み合わせて長い文を作りましょう。

Hôm nay anh Bình đánh ten-nít từ 3 giờ đến 5 giờ ở câu lạc bộ ten-nít **với** chị Hoa.   今日、ビンさんはホアさんとテニスクラブで3時から5時までテニスをしました。

V．過去を表す名詞文、形容詞文について：

Hôm nay là thứ hai.　今日は月曜日です。
Hôm qua là chủ nhật.　昨日は日曜日でした。（5課の会話文）

Hôm nay trời nóng.　今日は暑いです。
Hôm qua trời lạnh.　昨日は寒かったです。

　過去を表す場合、名詞文も形容詞文も現在の文と同じ形です。動詞文の過去を表す際に使った đã を思い出して、「昨日は月曜日でした」の意味で Hôm qua đã là thứ hai. と言わないでください。また、「昨日は寒かったです」の意味で Hôm qua trời đã lạnh. と言わないでください。ベトナム語の名詞文・形容詞文においては、過去の文も現在の文も形の上では同様で、過去の文であることは、過去の時を表すことば、或いは文脈から示されます（名詞文の「đã + là ～」は、完了の意味で使われますが、初級段階では扱いません。形容詞文の「đã + 形容詞」という結合は殆ど使われません）。

VI．疑問詞「どの」：名詞 + nào

　事物や人物などについての相手の判断を尋ねる言い方「～ thế nào?（～はどうですか）」を3課で勉強しました。

Tiếng Việt thế nào?　ベトナム語はどうですか。
- Tiếng Việt khó.　ベトナム語は難しいです。

　nào は疑問詞「どの」、thế は「様子、情勢」という意味の名詞で、直訳すると「どの様子」ですが、「～ thế nào?（～はどうですか）」で一語化しています。この課では、会話文に nào を用いた次の2文があります。

1) Còn Tokyo thế nào?　一方、東京はどうですか。
2) Ở Hà Nội, tháng **nào** trời nóng nhất trong năm?
　　ハノイでは、どの月が一年で一番暑いですか。

　1) は既に学んだ～ thế nào? です。2) は「名詞 + **nào**」で「どの～」という疑問文を作ります。「名詞 + nào」は全体で名詞となり、主語にも目的語にも位置します。

Chị ăn bánh ngọt **nào**?　あなたは**どの**ケーキを食べますか。
Anh thích hoa quả **nào**?　あなたは**どの**果物が好きですか。
Sinh viên **nào** nói tiếng Việt?　どの学生がベトナム語を話しますか。

Bài 8

コラム：ホーチミン廟（Lăng Hồ Chí Minh）

　ベトナム独立運動の指導者、建国の父ホーチミン（Hồ Chí Minh、1890?～1969）は、その遺書の中で茶毘に付したあとはベトナムの南部、中部、北部のそれぞれ小高い丘の上に分骨して周囲に木を植えて欲しいと書いていました。しかし、当時の指導者たちは全土解放・統一の暁には、全国の同胞や後々の世代までがホーチミンに会えるようにと考え、ホーチミンの言葉に従いませんでした。ホーチミンが1945年9月2日に独立宣言を読み上げたバーディン広場に造られたこの廟の中に今もホーチミンは生前と変わらぬ姿で眠っています。ベトナムの人々はホーチミンのことを親しみを込めて Bác Hồ（ホーおじさん）と呼んでいましたので、このホーチミン廟も Lăng Bác と呼ばれています（入場料は無料）。

練習 A   Luyện tập A

1. Hôm nay trời mưa.
                nóng.
                lạnh.
                mát.

2. Ngày mai trời có mưa   không?
                     đẹp
                     nắng

3. Hôm qua trời không mưa.
                       lạnh.
                       nóng.

4. Tôi phải đi công tác.
             làm việc.
             trả tiền.

5. Anh không phải xin lỗi.
                   đến đây.
                   lo.

6. Anh ấy đánh ten-nít với chị ấy.
                            chúng tôi.
                            ai?

7. Hôm nay là chủ nhật.
               thứ hai.
               thứ mấy?

練習 B　Luyện tập B

1．Hôm nay trời mưa. → Hôm nay trời **có** mưa **không**?
   1) Ngày mai trời nóng. →
   2) Ngày mai trời lạnh. →

2．Hôm nay trời **có** nắng **không**? (Có) → Có, hôm nay trời nắng.
   (không) → Không, hôm nay trời không nắng.
   1) Hôm nay trời có nóng không? (Có) →
   2) Hôm nay trời có mát không? (Có) →
   3) Hôm nay trời có lạnh không? (Không) →
   4) Hôm nay trời có đẹp không? (Không) →

3．Anh ấy làm việc. (phải) → Anh ấy **phải** làm việc.
   1) Chị ấy đi công tác. (phải) →
   2) Anh ấy học tiếng Anh. (phải) →

4．Anh ấy **có** phải uống nhiều thuốc **không**?
   (Có) → Có, anh ấy **có phải** uống nhiều thuốc.
   (Không) → Không, anh ấy **không phải** uống nhiều thuốc.
   1) Ngày mai anh ấy có phải đi công tác không? (Có) →
   2) Anh Bình có phải đi ra sân bay không? (Không) →
   3) Hôm nay chị ấy có phải dạy tiếng Việt không? (Có) →
   4) Tôi có phải trả tiền không? (Không) →

5．質問にベトナム語で答えなさい。
   1) Hôm qua anh/chị có phải làm việc không?
   2) Hôm nay anh/chị phải làm việc từ mấy giờ đến mấy giờ?
   3) Hôm nay anh/chị phải đi đâu?
   4) Ngày mai anh/chị phải về nhà vào lúc mấy giờ?
   5) Ngày mai anh/chị phải làm gì?
   6) Hôm nay là thứ mấy?
   7) Tối qua anh/chị ăn cơm với ai?

Bài 8

Bài 9

Tôi không thể ăn cơm được.
(ご飯が食べられません)

Mẫu câu cơ bản CD-41

1. Tôi **có thể** bơi **được**.
2. Anh có thể bơi được **không**?
3. Tôi **không thể** bơi **được**.
4. Anh ấy **cần** nghỉ ngơi.
5. Tôi **đau họng**.
6. Tôi **nghĩ rằng** Hà Nội là thành phố đẹp.
7. Xin cám ơn **bác sĩ đã đến phòng tôi**.
8. Anh **cứ** nằm.

Ví dụ CD-42

1. 2. 3. Anh có thể bơi được **không**?
    - **Có**, tôi **có thể** bơi **được**.
    - **Không**, tôi **không thể** bơi **được**.
4. Anh ấy **có** cần nghỉ ngơi **không**?
    - **Có**, anh ấy có **cần** nghỉ ngơi.
5. Anh **có** đau họng **không**?
    - **Có**, tôi **đau họng**.
6. Anh **có** nghĩ rằng Hà Nội là thành phố đẹp **không**?
    - Có, tôi **nghĩ rằng** Hà Nội là thành phố đẹp.
7. Xin cám ơn **bác sĩ đã đến phòng tôi**.
8. Anh **cứ** nằm.

基本文型

1. 私は泳げます。
2. あなたは泳げますか。
3. 私は泳げません。
4. 彼は休む必要があります。
5. 私は喉が痛いです。
6. 私はハノイは美しい街だと思います。
7. 先生、私の部屋まで来てくれてありがとうございます。
8. そのまま横になっていて。

例文

1.2.3. あなたは泳げますか。
　　　－はい、私は泳げます。
　　　－いいえ、私は泳げません。
4. 彼は休む必要がありますか。
　　－はい、彼は休む必要があります。
5. あなたは喉が痛いですか。
　　－はい、私は喉が痛いです。
6. あなたはハノイは美しい街だと思いますか。
　　－はい、私はハノイは美しい街だと思います。
7. 先生、私の部屋まで来てくれてありがとうございます。
8. そのまま横になっていて。

Hội thoại   Tôi không thể ăn cơm được.   CD - 43

Mai : Chào anh Imai. Tôi là Mai, bác sĩ của Bệnh viện Hà Nội.

Imai : Xin chào bác sĩ Mai.
       Xin cám ơn bác sĩ đã đến phòng tôi.

Mai : Vâng, anh không cần dậy. Anh cứ nằm.
       Anh thấy như thế nào?

Imai : Mấy hôm nay tôi đau đầu, đau họng, sốt và ho nhiều.

Mai : Sốt có cao không?

Imai : Có, sốt cao 39 độ.

Mai : Anh có thể ăn cơm được không?

Imai : Không, tôi không thể ăn cơm được.
       Hơn nữa tôi đau bụng. Tôi không muốn ăn.

Mai : Tôi cho rằng anh bị cảm nặng.

Imai : Ngày mai tôi có phải đi bệnh viện không?

Mai : Không, anh không cần đến.
       Anh cần uống thuốc và nghỉ ngơi nhé.

Imai : Vâng, xin cám ơn bác sĩ.

会話　ご飯が食べられません。

マイ　　：　今井さん、こんにちは。私はマイです、ハノイ病院の医師です。

今井　　：　マイ先生、こんにちは。
　　　　　　部屋まで来てくださってありがとうございます。

マイ　　：　はい、起き上がる必要はありません。そのまま寝ていて。
　　　　　　どうしましたか。

今井　　：　この数日、頭痛と喉の痛みがあって、熱があり咳がたくさん出ます。

マイ　　：　熱は高いですか。

今井　　：　はい、熱は高くて39度です。

マイ　　：　食事はできますか。

今井　　：　いいえ、ご飯が食べられません。
　　　　　　腹痛もあります。食べたくありません。

マイ　　：　ひどい風邪を引いたと思いますよ。

今井　　：　明日、病院に行かなければなりませんか。

マイ　　：　いいえ、来なくてもいいです。
　　　　　　薬を飲んで、よく休む必要がありますね。

今井　　：　はい、先生、ありがとうございました。

新しいことば　Từ mới　CD-44

an toàn	安全な（an toàn ＝安全*）
bị cảm	風邪を引く（cảm ＝感*、bị ⇒ 12 課）
biết ＋動詞	～することができる　⇒文法 I
bơi	泳ぐ
bụng	お腹　đau bụng：腹が痛い
cao	（熱、背などが）高い
cần	～する必要がある
chân	足
cho	（断定的に）思う
chữ Hán	漢字（chữ ＝文字、Hán ＝漢*）
có	持つ、持っている
có thể … được	…することができる　⇒文法 I
cố gắng	がんばる
cứ ＋動詞	そのまま～し続けていいですよ　⇒文法 IV
đánh đàn ～	～を弾く
đánh máy	タイプライターを叩く
đau	痛い
đầu	頭*　đau đầu：頭が痛い
～ độ	～度*（温度）
ghi-ta	ギター（仏語の guitare から）
hát	歌う
hiểu	分かる、理解する
ho	咳が出る、咳をする
họng	喉　đau họng：喉が痛い

hơn nữa	さらに
kế hoạch	計画*
khoảng	約、だいたい（〜ごろ［5課］）
không thể … được	…することができない ⇒文法Ⅰ
lái	運転する　lái xe：車を運転する
lời	言葉
lớn	大きな、巨大な
mấy hôm nay	ここ数日　mấy：幾つかの
nằm	横になる
nấu ăn	料理する
nghỉ ngơi	休む、休養する
nghĩ	考える、思う
ngoại ngữ	外国語（ngoại ngữ＝外語*）
Nhật - Trung	日中*（日本－中国）
như thế nào	どのように
Pháp	フランス（Pháp＝法*）tiếng Pháp：フランス語
phức tạp	複雑な（phức tạp＝複雑*）
pi-a-nô	ピアノ（仏語の piano から）
quên	忘れる
răng	歯
rằng 〜	〜と（思う）⇒文法Ⅴ
rượu	酒、アルコール
sốt	熱、熱がある
tạp chí	雑誌*
tay	手、腕

thấy	認識する　Anh thấy như thế nào?：どうしましたか。（医者が患者に問う際の言い方。文字通り訳せば、あなたはどのように自身の身体の状態を認識していますか）
thầy	男の先生
thế	そう（思う）
vấn đề	問題*
việc	仕事
xin ~	謹んで～　xin cám ơn.：ありがとうございます。

文法解説　Giải thích ngữ pháp

I．可能構文：có thể ~ được（～することができる）

「… có thể + 動詞 + được」という形で「～することができる」（可能）を表します。được は動詞の直後にも、目的語等の後ろにも置くことができます。動詞の後ろに長いことばが付いている場合には動詞の直後に置いた方が分かりやすいです。

Tôi **có thể** bơi **được**.　私は泳ぐことができます／泳げます。
Anh ấy **có thể** lái xe ô-tô **được**.　彼は車を運転することができます／運転できます。
Anh Bình **có thể** nói **được** tiếng Nhật.
ビンさんは日本語を話すことができます／話せます。

疑問文は có… không で挟み込むはずですが、7課でも紹介したように、có có thể…となって言いにくいので、初めの có は省略して、**không** を文末に添えるだけにし、「… có thể + 動詞 + được + **không**?」となります。
疑問文：Anh ấy có thể bơi được **không**?　彼は泳げますか。
　　　　Anh ấy có thể lái xe ô-tô được **không**?
　　　　彼は車を運転することができますか。

否定文は có thể の có を取り去って、「**không** + thể + 動詞 + được」となります。
否定文：Tôi **không** thể bơi được.　私は泳げません。
　　　　Tôi **không** thể lái xe ô-tô được.　私は車を運転することができません。

「… có thể ＋動詞＋ được」は原則的な形です。会話の中などでは、肯定文は có thể を省略して「動詞＋ được」で可能表現とすることもできますし、さらにまた được の方を省略して「có thể ＋動詞」で可能表現とすることもできます。

肯定文：Tôi bơi được. / Tôi có thể bơi.　私は泳げます。
疑問文：Anh có bơi được không? / Anh có thể bơi không?　あなたは泳げますか。
否定文：Tôi không bơi được. / Tôi không thể bơi.　私は泳げません。

「**có thể ＋動詞＋ được**」は日本語の「〜することができる」と同様、「能力可能」と「状況可能」を表します。「能力可能」は「人の能力」について述べる場合です。

Chị ấy có thể đánh máy được.　彼女はタイプライターを叩くことができます。
Anh ấy có thể uống rượu được.　彼はお酒が飲めます。
Chị ấy có thể nói được hai ngoại ngữ.　彼女は２カ国語が話せます。

能力可能を表す「話せる／話せない」に対して、「ここでは話せない」の「話せない」は人の能力ではなく「話せるか否か」の状況について述べており「状況可能」と言います。

Có thể đọc được tạp chí tiếng Pháp ở thư viện.
図書館では仏語の雑誌が読めます。
Tôi không quên được lời của thầy.　私は先生の言葉を忘れることができません。

ベトナム語には、もう１つの可能表現「**biết ＋動詞**」があります。「biết ＋動詞」は「能力可能」だけに使われ、「状況可能」には使われません。

Tôi biết bơi.　私は泳げます。
Anh ấy biết lái xe.　彼は車が運転できます。
Chó biết bơi.　犬は泳ぐことができます。

疑問文、否定文は規則通りです。

Chị ấy có biết uống rượu không?　彼女はお酒が飲めますか。
- Không, chị ấy không biết uống rượu.　いいえ、彼女はお酒が飲めません。
- Có, chị ấy có biết uống rượu.　はい、彼女はお酒が飲めます。

II．〜する必要がある：［人］＋ cần ＋動詞

「［人］は〜する必要がある」のベトナム語は動詞 **cần** を用いて「［人］＋ cần ＋動詞」です。

Anh ấy **cần** nghỉ khoảng một tuần.　彼は1週間ほど休む必要があります。
Anh Bình **cần** ở đây.　ビンさんはここにいる必要があります。
Chị ấy **cần** học nhiều.　彼女はたくさん勉強する必要があります。

疑問文、否定文とも規則通りです。

Anh ấy có cần nghỉ khoảng một tuần không?
彼は1週間ほど休む必要がありますか。
- Có, anh ấy có cần nghỉ.　はい、彼は休む必要があります。
Anh Bình có cần ở đây không?　ビンさんはここにいる必要がありますか。
- Không, anh Bình không cần ở đây.
いいえ、ビンさんはここにいる必要がありません。

「〜が必要だ」という場合は「cần ＋名詞」になります。

Tôi **cần** tiền.　私は金が要る。
Việc này **cần** kỹ sư.　この仕事は技術者が必要だ。
Kế hoạch này **cần** nhiều tiền.　この計画には多くの金が必要だ。

III．所有を表す có

基本単語 **có** を整理しておきましょう。

①疑問文を作る役割（1課、3課、4課、7課）
　名詞文：Anh **có** phải là sinh viên không?
　形容詞文：Hoa quả Việt Nam **có** ngon không?
　動詞文：Chị **có** uống cà phê không?
　継続：**Có** phải anh Bình đang đọc sách không?

②疑問文（形容詞文、動詞文）に対する応答詞「はい」、動詞文の応答文での「có ＋動詞」（3課、4課）
　Cái áo dài này có đẹp không?　- **Có**, cái áo dài này đẹp.
　Chị có uống cà phê không?　- **Có**, tôi **có** uống cà phê.

③動詞「ある」「いる」(7課)
　　Ở trên bàn có máy vi tính.
　　Ở dưới ghế có con mèo.
④動詞「もつ」(8課)
　　Trời có mây.
⑤可能文を作る役割 (9課)
　　Tôi có thể bơi được.

　có には動詞「持っている、所有している、(問題を) 抱えている」の意味もあります。8課の「Trời có mây. (曇りです)」は「空が雲をもっている」と考えることも、「Ở trên trời có mây. (空には雲がある)」(存在文) と考えることも可能です。ここでは人が主語に立つ例文を紹介しましょう。

　Tôi có một chiếc điện thoại di động.　私は携帯電話を1台持っています。
　Anh Bình có hai xe máy.　ビンさんはオートバイを2台持っています。
　Tôi có một vấn đề lớn.　私は大きい問題を抱えています。
　Anh có tiền.　あなたはお金を持っています。

　動詞文の疑問文を作る規則に従えば、Anh có tiền. の疑問文は Anh có có tiền không? となるはずですが、có có と同じことばが繰り返されて言いにくいため、文末の **không** が代表して疑問文であることを表します。

疑問文：Anh có tiền **không**?　お金を持っていますか。

　また、否定文は規則通り、動詞 có に không を前置します。

否定文：Tôi không có tiền.　お金を持っていません。

Ⅳ．相手のしたいことを察知して「どうぞ (続けて) 〜して」と勧める言い方：
　　[人] + cứ + 動詞

　電車の中などで、腰掛けている若者が年長者に席を譲ろうとした際などに、「いえいえ、そのままで、私は次、降りますから」と言うときの「どうぞ、そのまま」は、この場合、「座っている状態をそのまま続けて」ということです。ベトナム語では Anh cứ ngồi. と言います。「そのまま (その行動を) どうぞ続けて」という話し手の気持ちがこの cứ に込められています。cứ はそのような話し手の心的態度を示すことばです。

Anh **cứ** ngồi.（椅子から立ち上がろうとした相手に）どうぞ、座っていてください。
Anh **cứ** nằm.
（ベッドから起き上がろうとした相手に向かって）どうぞ、寝ていてください。
Chị **cứ** nói.（話すことを躊躇した相手に）どうぞ、遠慮しないで話してください。

V．私は〜と思う：Tôi nghĩ rằng 〜

「私は〜と思う」で、思う内容を引用する「〜と」に当たるベトナム語は **rằng** です。rằng と結びつく動詞は主に思考関係の動詞で、「**nghĩ**（考える、思う）」「**biết**（知る）」「**hiểu**（理解する、分かる）」「**nói**（言う、話す）」「**cho**（思う）」などです。

Tôi **nghĩ rằng** Hà Nội là thành phố đẹp. ハノイは美しい街だと思います。
Tôi **nghĩ rằng** vấn đề Nhật-Trung rất phức tạp. 日中問題は複雑だと思います。
Tôi **biết rằng** anh ấy nói tiếng Việt được.
彼がベトナム語を話せるのを知っています。
Tôi **hiểu rằng** không có cách dễ kiếm tiền.
金を儲ける簡単な方法がないのは分かっています。
Anh ấy **nói rằng** ngày mai trời mưa. 彼は明日は雨が降ると言いました。
Tôi **cho rằng** anh bị cảm nặng. ひどい風邪を引いたと思いますよ。

また、疑問文、否定文はこれまで紹介してきた規則が適用されて以下のようになります。

Anh có nghĩ rằng Hà Nội là thành phố đẹp không?
ハノイは美しい街だと思いますか。
Tôi không nghĩ rằng Hà Nội là thành phố đẹp.
私はハノイは美しい街だと思いません。
Anh có biết rằng anh ấy nói tiếng Việt được không?
彼がベトナム語を話せるのを知っていますか。
Tôi không biết rằng anh ấy nói tiếng Việt được.
彼がベトナム語を話せるのは知りません。
Anh có nghĩ rằng hoa quả Việt Nam ngon không?
ベトナムの果物はおいしいと思いますか。
 - Có, tôi nghĩ thế. はい、そう思います。
 - Không, tôi không nghĩ thế. いいえ、そう思いません。

VI. Xin cám ơn ＋［人］＋動詞句： Xin cám ơn bác sĩ đã đến phòng tôi.

Xin cám ơn bác sĩ. は医者に対して「先生、ありがとうございます」という意味ですが、先生がしてくれたことを明示して感謝を表明する場合には、bác sĩ のあとに先生が行った行為を付け加えます。

Xin cám ơn bác sĩ đã đến phòng tôi.
部屋まで来てくださってありがとうございます。

この文を文字通り訳すと、「先生が私の部屋に来たことに謹んで感謝します」となります。

Cám ơn anh đã giúp tôi.　手伝ってくれてありがとう。

VII. 私は頭が痛い： Tôi đau đầu.

「私は頭が痛い」のベトナム語の語順は「私・痛い・頭」となります。この文は形容詞文ですが、これまでの形容詞文と異なり、痛みの対象が示されています。一人称だけでなく、二人称、三人称でもこの文型を使います。「ちょっと痛い」場合は hơi đau、「ひどく痛い」場合は đau ～ lắm と言います。疑問文、否定文は形容詞文の規則と同様です。

Tôi đau bụng.　私はお腹が痛いです。
Tôi hơi đau đầu.　私はちょっと頭が痛いです。
Anh ấy đau chân lắm.　彼はひどく足を痛がっています。
Anh có đau răng không?　あなたは歯が痛いですか。
Tôi không đau tay.　私は手が痛くないです。

「どこが痛い？」と尋ねるときは、次のように言います。

Anh đau ở đâu?

Bài 9

練習 A　Luyện tập A

1. Anh ấy có thể bơi được.
   nói tiếng Việt
   đánh đàn ghi-ta

2. Anh ấy có thể nấu ăn được không?
   hát
   trả tiền

3. Chị ấy không thể uống rượu được.
   lái xe ô-tô
   viết chữ Hán

4. Chị ấy biết bơi.
   đánh đàn pi-a-nô.
   nói tiếng Pháp.

5. Anh cần ăn nhiều rau.
   nghỉ.
   uống thuốc.
   cố gắng.

6. Tôi nghĩ rằng không có cách dễ kiếm tiền.
   biết
   hiểu
   cho

7. Anh ấy đau đầu.
   họng.
   ở đâu?

練習 B　Luyện tập B

1. Chị **có thể** lái xe ô-tô **được không**?
   (Có) → Có, tôi **có thể** lái xe ô-tô **được**.
   (Không) → Không, tôi **không thể** lái xe ô-tô **được**.
   1) Anh có thể đánh máy được không? (Không) →
   2) Chị có thể bơi được không? (Có) →

2. Anh có **đau đầu** không? (Có) → Có, tôi **đau đầu**.
   　　　　　　　　　　　(Không) → Không, tôi **không đau đầu**.
   1) Anh có đau bụng không? (Có) →
   2) Chị có đau răng không? (Không) →
   3) Chị Hoa có đau tay không? (Không) →

3. Anh **có cần** nghỉ ngơi **không**? (Có) → Có, tôi **có cần** nghỉ ngơi.
   　　　　　　　　　　　　　　　(Không) → Không, tôi **không cần** nghỉ ngơi.
   1) Hôm nay anh có cần đi đến trường không? (Không) →
   2) Ngày mai chị có cần làm việc không? (Không) →
   3) Hôm nay anh ấy có cần đến đây không? (Có) →
   4) Chị ấy có cần cố gắng không? (Có) →

4. Tôi nghĩ. + Hà Nội là thành phố đẹp.
   → Tôi nghĩ **rằng** Hà Nội là thành phố đẹp.
   1) Tôi nghĩ. + Anh ấy cần về nước. →
   2) Tôi biết. + Chị Hoa nói tiếng Việt được. →
   3) Tôi biết. + Ngày mai chị ấy sẽ đi công tác. →
   4) Tôi cho. + Anh ấy phải học tiếng Anh. →

5. 質問にベトナム語で答えなさい。
   1) Hôm nay anh/chị có cần đi chợ không?
   2) Hôm nay anh/chị có đau đầu không?
   3) Anh/Chị có thể nói tiếng Việt được không?
   4) Anh/Chị có nghĩ rằng Nhật Bản là nước an toàn không?
      （nghĩ thế を使って）

Bài 10

Anh đã viết xong chưa?
(もう書き終わりましたか)

Mẫu câu cơ bản   CD-45

1. Tôi **đã** ăn cơm **rồi**.
2. Anh **đã** uống thuốc **chưa**?
3. Tôi **chưa** viết xong.
4. Tôi **tặng** hoa **cho** chị Hoa.
5. Hôm qua anh ấy về nhà **muộn**.
6. Anh **có** biết hôm nay là ngày gì **không**?
7. **Chắc chắn** cô Hà vui lắm.

Ví dụ   CD-46

1. Anh đã ăn cơm chưa?
   - **Rồi**, tôi **đã** ăn cơm **rồi**.
2. Anh **đã** uống thuốc **chưa**?
   - Rồi, tôi đã uống thuốc rồi.
3. Chị đã viết xong chưa?
   - **Chưa**, tôi **chưa** viết xong.
4. Anh có tặng hoa cho chị Hoa không?
   - Có, tôi có **tặng** hoa **cho** chị Hoa.
5. Hôm qua anh ấy về nhà **có** muộn **không**?
   - Có, hôm qua anh ấy về nhà **muộn**.
6. Anh **có biết** hôm nay là ngày gì **không**?
   - Có, tôi có biết. Hôm nay là "Ngày nhà giáo Việt Nam".
7. **Chắc chắn** cô Hà vui lắm.

基本文型

1．私はもうご飯を食べました。
2．あなたはもう薬を飲みましたか。
3．私はまだ書き終わっていません。
4．私はホアさんに花を贈ります。
5．昨日彼はおそく帰宅しました。
6．今日が何の日か知っていますか。
7．きっとハー先生がとても喜ぶでしょう。

例文

1．あなたはもうご飯を食べましたか。
　　－はい、私はもうご飯を食べました。
2．あなたはもう薬を飲みましたか。
　　－はい、私はもう薬を飲みました。
3．あなたはもう書き終わりましたか。
　　－いいえ、私はまだ書き終わっていません。
4．あなたはホアさんに花を贈りますか。
　　－はい、私はホアさんに花を贈ります。
5．昨日彼は遅く帰宅しましたか。
　　－はい、昨日彼は遅く帰宅しました。
6．あなたは今日が何の日か知っていますか。
　　－はい、知っています。今日は「ベトナムの教師の日」です。
7．きっとハー先生がとても喜ぶでしょう。

Hội thoại   Anh đã viết xong chưa?   CD - 47

Imai : Chị Hoa, chị đang làm gì đấy?

Hoa : Tôi đang viết thiếp mừng.
　　　Anh Imai, hôm nay là ngày 20 tháng 11.
　　　Anh có biết hôm nay là ngày gì không?

Imai : Có, tôi có biết. Hôm nay là "Ngày nhà giáo Việt Nam".
　　　Sinh viên Việt Nam làm gì trong ngày này?

Hoa : Sinh viên tặng thiếp mừng "Ngày nhà giáo" và hoa cho giáo viên.

Imai : Tôi viết thiếp mừng với chị, có được không?

Hoa : Tất nhiên được.

....

Hoa : Anh đã viết xong chưa?

Imai : Rồi, tôi viết xong rồi.

Hoa : Anh viết hay nhỉ.
　　　Chắc chắn cô Hà vui lắm.

会話　もう書き終わりましたか。

今井　：　ホアさん、何をしているんですか。

ホア　：　カードを書いているんです。
　　　　　今井さん、今日は 11 月 20 日です。
　　　　　今日は何の日か知っていますか。

今井　：　ええ、知ってますよ。今日は「ベトナムの教師の日」です。
　　　　　ベトナムの学生はこの日にどんなことをするんですか。

ホア　：　学生は「教師の日」のお祝いのカードと花を先生に贈ります。

今井　：　一緒にカードを書いてもいいですか。

ホア　：　もちろん、いいですよ。

....

ホア　：　もう書き終わりましたか。

今井　：　はい、書き終わりました。

ホア　：　うまく書きましたね。
　　　　　きっとハー先生がとても喜ぶでしょう。

新しいことば　Từ mới　CD-48

ạ	文末に添えて、敬意を表す
ảnh	写真（ảnh＝影*）（máy ảnh：カメラ［2課］）
bó hoa	花束（bó：束ねる、hoa：花）
buổi tiệc	パーティ（buổi：時間の幅を示す、tiệc：宴会）
cẩn thận	慎重な、注意深い（cẩn thận＝謹慎*）
chạy	走る
chắc	たぶん〜だろう
chắc chắn	きっと〜だろう
chìa khóa	鍵
cho +［人］	［人］に（「人に物を贈る」など移動物の受け手を表す）
chữ	文字
chưa	いいえ（完了文の応答詞）
chưa 〜	まだ〜していない（chưa＋動詞）
có lẽ	たぶん〜だろう
con	子（親は我が子をconと呼び、子は自分をやはりconと言う）（類別詞［2課］）
cơm tối	晩ご飯
đã 〜 chưa?	もう〜したか？　⇒文法Ⅰ
đã 〜 rồi	もう〜した　⇒文法Ⅰ
đưa	手渡す
em	私（学生は男女とも教師に対して「em（私）」と言う）（あなた［1課］）
em trai	弟（⇔ em gái：妹）
gia đình	家族（gia đình＝家庭*）

giỏi	上手な
gọi	呼ぶ　gọi điện thoại：電話をかける、gọi điện とも言う
gửi	送る　gửi e-mail：電子メールを送る
hay	上手な（hay＋動詞：よく〜する［6課］、hay：おもしろい［3課］）
không＋形容詞＋lắm	そんなに〜ない、あまり〜ない
làm bài	宿題をする
muộn	遅い
ngữ pháp	文法（ngữ pháp ＝語法*）
nhà giáo	教師、教育者 Ngày nhà giáo Việt Nam：ベトナムの教師の日
nhanh	速い
Nhật-Việt	日越*
phát triển	発展する（phát triển ＝発展*）
quà	おみやげ、プレゼント　tặng quà：プレゼントを贈る
quan hệ	関係*
quen	〜に慣れる
quốc tế	国際*　gọi điện thoại quốc tế：国際電話をかける
rồi	はい（完了文の応答詞）
〜 rồi	もう〜した（đã＋動詞＋rồi で完了）
sinh hoạt	生活*
súp	スープ（仏語 soupe から）　ăn súp：スープを飲む
tặng	贈る、あげる（tặng ＝贈*）
tấm	薄いものに付ける類別詞　tấm ảnh：写真
tất nhiên được	もちろん、いいですよ（tất nhiên ＝必然*）

thầy	男性教師の尊称　thầy Bình：ビン先生（男の先生［9課］）（⇒ cô：女性教師の尊称）
thiếp mừng	お祝いのカード（thiếp ＝帖*、mừng：祝う）
thỉnh thoảng	時々
tiểu thuyết	小説*
tốt nghiệp	卒業する（tốt nghiệp ＝卒業*）
vui	嬉しい、喜ぶ、楽しい（Rất vui được gặp ～．：～に会えてとても嬉しいです。［1課］）
xong	終わる、終える

文法解説　Giải thích ngữ pháp

Ⅰ．現在完了構文：đã ＋動詞＋ rồi（もう～しました）

次の1)と2)を比べてみましょう。

1)「昨日、何を食べましたか」「昨日、カレーを食べました」
　「昨日、彼はここに来ましたか」「はい、昨日来ました」
2)「何か、食べますか」「いえ結構です。今さっき、カレーを食べましたから」
　「彼はもう来ましたか」「はい、もう来ました／いいえ、まだ来ません」

　1)の「食べました」「来ました」は過去を表し、2)の「食べました」「来ました」は現在完了（現在の時点である動作が完了している）を表しています。このように日本語の「動詞の～タの形」は過去と完了の2つの意味で使われます。日本人が英語の「現在完了形：have ＋過去分詞」を学んで戸惑うのは、日本語では過去も完了も「動詞の～タの形」で処理しているのに対して、英語では過去と完了を別の形式にして処理しているため、形の上で対応関係にないからでしょう。

　日本語の現在完了の方は「もう～しました」のように「もう」という副詞が添えられると完了であることがはっきりします。ベトナム語の現在完了は日本語と近く、đã が過去にも完了にも使われます。完了の文では文末に rồi という語が添えられることが多く、日本語より分かりやすい点もあります。

過去：Hôm kia tôi đã đọc quyển sách này. 一昨日、私はこの本を読みました。
完了：Tôi **đã** đọc quyển sách này **rồi**.
　　　私はもうこの本を読みました／読み終わっています。

完了構文の疑問文、否定文は過去の文の疑問文、否定文と大きく違っています。

疑問文：Anh **đã** ăn cơm **chưa**?　　もうご飯を食べましたか。
　　　- **Rồi**, tôi **đã** ăn cơm **rồi**.　　はい、もう食べました。
否定文：- **Chưa**, tôi **chưa** ăn cơm.　　いいえ、まだ食べていません。

疑問文は「**đã** + 動詞 + **chưa**?」の文型を使います。一方、否定文は「**chưa** + 動詞**」となります。現在及び過去の文では không を文末に添えて疑問文を作りましたが、完了の文では chưa を使います。否定文では「không + 動詞」の代わりに、「chưa + 動詞」を用います。

応答詞「はい」には **Rồi** を使い、Có は用いません。動詞文で「**có ~ không**?」と聞かれた場合は、「**Có**（はい）」と答えますが、現在完了の文では **đã ~ chưa**? という形ですので、「**Có**（はい）」とは言えません。否定の応答詞は **Không** ではなく **Chưa** が用いられます。

完了の文ではしばしば「動詞（句）+ **xong**」の形が用いられます。**xong** は動詞で「終わる、終える」の意味です。日本語の複合動詞「～し終わる」に相当します。

Chị ấy đã làm việc **xong** rồi.　彼女はもう仕事をし終えました。
Anh đã viết **xong** chưa?　もう書き終わりましたか。
Anh ấy chưa ăn cơm **xong**.　彼はまだ食べ終わっていません。

「đã + 動詞 + rồi（もう～しました）」「đã + 動詞 + chưa?（もう～しましたか）」は基本の形です。会話等では đã を省略することもできます。

Anh hiểu **chưa**?　分かった？
- **Rồi**, tôi hiểu **rồi**.　うん、分かったよ。
Chị quen sinh hoạt ở đây **chưa**?　ここでの生活にもう慣れた？
- **Rồi**, tôi quen **rồi**.　ええ、もう慣れたよ。

Ⅱ．推量の表現：có lẽ〜 / chắc〜 / chắc chắn〜

「たぶん〜でしょう」「必ずや〜でしょう」といった推量表現を紹介します。có lẽ（たぶん）、chắc（たぶん）など文頭に置かれることが多いですが、主語の直後にも置かれます。

Có lẽ ngày mai trời lạnh. たぶん、明日は寒いでしょう。
Ngày mai trời có lẽ không mưa. 明日はたぶん雨は降らないでしょう。
Chắc ngày mai trời mưa. たぶん明日は雨が降るでしょう。
Chắc năm nay anh ấy tốt nghiệp. たぶん今年、彼は卒業するでしょう。
Ngày mai anh ấy chắc không đến. 明日、彼はたぶん来ないでしょう。

có lẽ も chắc も「たぶん〜でしょう」の推量・推測に使われます。có lẽ の方が書き言葉的であり、また推測に根拠があることを含意しているので「なぜ？」と聞かれる可能性があります。chắc の方は話し言葉的でやや直感的にものを言っている感じがしますので、その根拠を問われることもないでしょう。

chắc chắn は「きっと〜でしょう」「必ずや〜でしょう」の意味で、có lẽ や chắc より、ずっと実現の可能性が高いと話し手が考えていることを示します。

Chắc chắn anh ấy không đến. きっと彼は来ないでしょう。
Chắc chắn quan hệ Nhật-Việt sẽ phát triển. 必ずや日越関係は発展するでしょう。
Buổi tiệc tối nay chắc chắn sẽ vui. 今晩のパーティはきっと楽しいでしょう。

Ⅲ．動詞を修飾する形容詞：動詞＋形容詞

ベトナム語の形容詞は、**動詞の後ろに置くと動詞を修飾する「副詞」の役割も果たします**。cẩn thận（注意深い、慎重な）という形容詞の場合を見てください。

Anh ấy là người cẩn thận. 彼は注意深い人です。
Anh ấy lái xe cẩn thận. 彼は慎重に車を運転します。

nhanh（速い）、muộn（遅い）、hay（上手な）、ngon（おいしい）等でその例を見ましょう。

Anh ấy có thể nói nhanh được. 彼は速く話すことができます。
Hôm qua anh ấy về nhà muộn. 昨日、彼は遅く帰宅しました。
Xin lỗi, tôi đến muộn. すみません、遅くなりました。
Anh ấy đánh đàn pi-a-nô hay. 彼は上手にピアノを弾きます。

ngon の場合、Tôi muốn ăn súp ngon.（私はおいしいスープが飲みたいです）と言えば ngon は形容詞として名詞 súp を修飾しています。しかし、Đêm qua tôi ngủ rất ngon.（5課の会話文）では ngon は副詞として動詞 ngủ を修飾しています。ngủ は「眠る」、ngon は「おいしい」で、文字通り訳せば「おいしく眠る」ですが、日本語では「よく眠る」「熟睡する」という意味です。

　日本語では語形が変化するので、「おいしい」は形容詞、「おいしく」は副詞的と分かりますし、英語でも constant、constantly と形が変化するので、形容詞、副詞を見分けられる場合が多いです。一方、ベトナム語は語形変化がないので、形の上からその語の働きを特定することはできません。viết đẹp（上手に書く）のように動詞と形容詞が直接結び付いていれば đẹp が副詞として働いていることが分かりますが、viết chữ đẹp となって動詞と形容詞の間に名詞が挟まっている場合には「上手に字を書く」なのか、「上手な字を書く」なのか、一文だけでは判断できないことになります。

　疑問文は、副詞の働きをしている形容詞を có と không で挟み、形容詞の疑問文のような形となります。

Đêm qua anh ngủ có ngon không?　昨夜はよく眠れましたか。
- Có, đêm qua tôi ngủ rất ngon.　はい、とてもよく眠れました。
- Không, đêm qua tôi ngủ không ngon lắm.　いいえ、あまりよく眠れませんでした。
Hôm qua anh về nhà có muộn không?　昨日は帰宅が遅かったですか。
- Có, hôm qua tôi về nhà muộn.　はい、昨日は帰宅が遅かったです。
- Không, hôm qua tôi về nhà không muộn lắm.
　いいえ、昨日は帰宅はそんなに遅くなかったです。

　この文型においては否定文は「không + 形容詞 + lắm（そんなに～ない）」が使われます。

Ⅳ．「移動する物の受け手」を表す言い方：cho ＋［人］（［人］に～する）

　「［人］に～を送る」「［人］に～をあげる」など「移動する物の受け手」を表す「［人］に」は「cho ＋［人］」です。

Hôm qua tôi gửi e-mail cho anh Bình.　昨日、私はビンさんに e-mail を送りました。
Tôi đã tặng hoa cho chị Hoa.　私はホアさんに花を贈りました。

Anh ấy đã tặng quà Thái Lan cho bạn anh ấy.
彼は友達にタイのおみやげをあげました。
Chị ấy tặng một quyển sách cho em trai.　彼女は弟に本をあげました。
Bố đã tặng quà cho con vào sinh nhật.
父親は誕生日に子どもにプレゼントをあげました。
Ngày mai tôi đưa tấm ảnh cho bạn.　明日、私は友達に写真を渡します。
Hôm qua tôi viết thư cho ông Bình.　昨日、私はビンさんに手紙を書きました。

疑問詞「ai（誰）」を組み合わせましょう。

Hôm qua anh gửi e-mail cho ai?　昨日、あなたは誰に e-mail を送りましたか。
Hôm qua anh viết thư cho ai?　昨日、あなたは誰に手紙を書きましたか。

これらの文の中には次のように「動詞＋［人］＋［物］」の文型で言えるものもあります。この場合、「［人］に」の cho は用いられません。

Tôi đã tặng bó hoa cho chị Hoa.
→ Tôi đã tặng chị Hoa bó hoa.
Anh ấy đã tặng quà Thái Lan cho bạn anh ấy.
→ Anh ấy đã tặng bạn anh ấy quà Thái Lan.
Chị ấy tặng một quyển sách cho em trai.
→ Chị ấy tặng em trai một quyển sách.
Hôm qua tôi gửi e-mail cho anh Bình.
→ Hôm qua tôi gửi anh Bình e-mail.

ただし、viết、đưa は上のような入れ替えはできません。

cho は「［人］に」の意味のほかに、動詞として「与える、あげる」という意味ももっています。そこで、例えば Hôm qua tôi gửi e-mail cho anh Bình. という文は「昨日、私はEメールを送って、ビンさんにあげました」のように考えることもできます。このように cho には動詞の香りもあるために、目上の人に対しては cho を使わない方が丁寧と考えられています。日本語でも目上の人に直接「〜をあげます」と言わないのと同様です。先生に対しては cho の使用を避けて次のように言う人もいます。

Em gửi thầy Bình e-mail ạ.　私はビン先生に e-mail をお送りします。

このほか、物の移動はありませんが、動作の対象の受け手を表す「[人]に」も cho で表します。「[人]に電話をかける」「[人]に〜を教える」などです。

Tôi hay gọi điện thoại **cho** anh Bình.　私はよくビンさんに電話をかけます。
Anh có thỉnh thoảng gọi điện thoại quốc tế **cho** gia đình không?
時々ご家族に国際電話をかけますか。
Tôi dạy tiếng Nhật **cho** chị Hoa.　私はホアさんに日本語を教えます。

Ⅴ．何の日か知っていますか : Anh có biết hôm nay là ngày gì không?

　Hôm nay là ngày gì?（今日は何の日ですか）を「あなたは知っていますか」に埋め込んで「あなたは、今日が何の日か知っていますか」という場合は疑問詞疑問文をそのまま埋め込んで言います。この文型では rằng を使いません。

Anh có biết không? + Hôm nay là ngày gì?
→ Anh có biết hôm nay là ngày gì không?　今日が何の日か知っていますか。
　- Có, tôi có biết hôm nay là ngày gì.　はい、今日が何の日か知っています。
Anh có biết không? + Người kia là ai?
→ Anh có biết người kia là ai không?　あの人が誰か知っていますか。
　- Không, tôi không biết người kia là ai.　いいえ、あの人が誰か知りません。

コラム：ベトナムの教師の日 (Ngày nhà giáo Việt Nam)

　11月20日は「ベトナムの教師の日」です（祝祭日ではなく学校があります）。この日、幼稚園から大学まで、生徒や学生は教師にカードや花束を贈ります。時には品物を添えることもあります。卒業生が恩師のところを訪れ、感謝の気持ちを表すこともあるようです。私もベトナムで教師をしていたとき、クラスの学生たちが花束を届けてくれました。毎日教室で会っている学生たちから花束を贈られるのは、ちょっと照れくさくもありますが、とても嬉しく、感激したことを覚えています。一昨年03年11月には、10年ほど前に日本で教えたベトナム人留学生の、ホーチミン市在住のお母さんからカードが送られてきました。ベトナムでは昔から「教師」は尊敬される職業の1つです。

練習 A Luyện tập A

1. Tôi đã đọc quyển sách này rồi.
      viết thư
      làm bài
      gọi xe tắc-xi

2. Anh đã ăn cơm chưa?
      gọi điện cho chị ấy
      gửi e-mail cho anh ấy
      xem phim mới

3. Anh ấy chưa uống thuốc.
         cố gắng.
         đến đây.
         trả tiền.

4. Anh ấy có thể đánh máy nhanh được.
           đi bộ
           đọc sách
           chạy

5. Có lẽ ngày mai trời lạnh.
       ngày kia trời mưa.
       anh ấy không đến.
       chị ấy đến vào khoảng 9 giờ.

6. Tôi gửi e-mail   cho anh ấy.
      đưa tấm ảnh   bạn.
      gọi điện thoại   anh Bình.
      dạy tiếng Việt   sinh viên.

練習 B　Luyện tập B

1． Anh **đã** hiểu **chưa**?　(Rồi) → **Rồi**, tôi **đã** hiểu **rồi**.
　　　　　　　　　　　　(Chưa) → **Chưa**, tôi **chưa** hiểu.
　 1） Anh ấy đã đi ngủ chưa? (Rồi) →
　 2） Chị đã viết thư chưa? (Chưa) →
　 3） Anh ấy đã dậy chưa? (Rồi) →
　 4） Chị ấy đã về chưa? (Chưa) →

2． Anh quen sinh hoạt ở đây. → Anh **đã** quen sinh hoạt ở đây **chưa**?
　 1） Anh hiểu. →
　 2） Chị đọc quyển tiểu thuyết này. →
　 3） Anh xem phim "Harry Potter". →
　 4） Chị ấy về nhà. →

3． Anh ấy đọc sách. (nhanh) → Anh ấy **đọc sách nhanh**.
　 1） Đêm qua tôi ngủ. (ngon) →
　 2） Chị ấy đi bộ. (nhanh) →
　 3） Chị ấy lái xe. (cẩn thận) →
　 4） Anh Bình đánh đàn ghi-ta. (giỏi)
　 5） Chị Hoa hát. (hay)

4． Tôi tặng bó hoa. (chị Hoa) → Tôi tặng bó hoa **cho** chị Hoa.
　 1） Tôi gửi e-mail. (bạn tôi) →
　 2） Anh Bình tặng quà. (con) →
　 3） Hôm qua chị ấy có gọi điện không? (anh Imai) →
　 4） Tôi không đưa chìa khóa xe đạp. (chị ấy) →

5． 質問にベトナム語で答えなさい。
　 1） Hôm qua anh/chị có gửi e-mail cho bạn không?
　 2） Anh/Chị đã hiểu ngữ pháp tiếng Việt chưa?
　 3） Anh/Chị đã ăn cơm tối chưa?
　 4） Đêm qua anh/chị về có muộn không?

Bài 10

Bài 11

Nhờ chị chụp ảnh.
(写真を撮ってください)

Mẫu câu cơ bản CD - 49

1. **Nhờ** anh dạy tiếng Việt cho tôi.
2. **Mời** anh ngồi xuống.
3. "Hashi" tiếng Việt **gọi là gì**?
4. **Tại sao** anh chụp ảnh phòng của anh **vậy**?
5. Tôi **không** bận **đâu**.
6. Đây là máy ảnh bình thường **hay** là máy ảnh kỹ thuật số?

Ví dụ CD - 50

1. **Nhờ** anh dạy tiếng Việt cho tôi.
   - Vâng, được thôi.
2. **Mời** anh ngồi xuống.
   - Vâng, cám ơn chị.
3. "Hashi" tiếng Việt **gọi là gì**?
   - "Hashi" tiếng Việt gọi là "đũa".
4. **Tại sao** anh chụp ảnh phòng của anh **vậy**?
   - **Bởi vì** tôi muốn gửi ảnh cho gia đình tôi.
5. Anh có bận không?
   - Không, tôi **không** bận **đâu**.
6. Đây là máy ảnh bình thường **hay** là máy ảnh kỹ thuật số?
   - Đó là máy ảnh bình thường.

基本文型

1. ベトナム語を私に教えてください。
2. どうぞ座ってください。
3. 「箸」はベトナム語で何と言いますか。
4. どうしてあなたの部屋の写真を撮るんですか。
5. ぜんぜん忙しくないです。
6. これは普通のカメラですか、それともデジタルカメラですか。

例文

1. ベトナム語を私に教えてください。
   - はい、いいですよ。
2. どうぞ座ってください。
   - はい、ありがとうございます。
3. 「箸」はベトナム語で何と言いますか。
   - ベトナム語で"đũa"と言います。
4. どうしてあなたの部屋の写真を撮るんですか。
   - 私は家族に写真を送りたいからです。
5. 忙しいですか。
   - いいえ、ぜんぜん忙しくないです。
6. これは普通のカメラですか、それともデジタルカメラですか。
   - それは普通のカメラです。

Hội thoại   Nhờ chị chụp ảnh.   CD - 51

Imai : Chị Hoa, chị có bận không?

Hoa : Không, tôi không bận đâu.

Imai : Chị Hoa, nhờ chị chụp ảnh tôi đang ở trong phòng.

Hoa : Vâng, được thôi. Nhưng tại sao anh chụp ảnh phòng của anh vậy?

Imai : Bởi vì tôi muốn gửi ảnh cho gia đình tôi.

Hoa : Tôi hiểu rồi.
Anh Imai, đây là máy ảnh bình thường hay là máy ảnh kỹ thuật số?

Imai : Đó là máy ảnh kỹ thuật số.

Hoa : Thế thì anh gửi ảnh bằng e-mail nhỉ.
"Máy ảnh kỹ thuật số" tiếng Nhật gọi là gì?

Imai : "Máy ảnh kỹ thuật số" tiếng Nhật gọi là "dejitaru kamera".

Hoa : "Dejitaru kamera". Phát âm khó nhỉ.
Anh ngồi xuống đi. Tôi chụp nhé. Cười lên nào!
Vâng, tôi chụp rồi đấy.

Imai : Cám ơn chị đã chụp ảnh giúp nhé.

会話 写真を撮ってください。

今井 ： ホアさん、忙しいですか。

ホア ： いいえ、全然忙しくないですよ。

今井 ： ホアさん、私を入れて私の部屋の写真を撮ってください。

ホア ： いいですよ。でも、どうして部屋の写真を撮るんですか。

今井 ： 家族に写真を送りたいんです。

ホア ： 分かりました。
今井さん、これは普通のカメラですか、デジタルカメラですか。

今井 ： それはデジタルカメラです。

ホア ： ということは、電子メールで写真を送るんですね。
"máy ảnh kỹ thuật số" は日本語で何と言いますか。

今井 ： 「デジタルカメラ」と言います。

ホア ： 「デジタルカメラ」。発音が難しいですね。
じゃ、座ってください。撮りますね。笑って！
はい、撮りましたよ。

今井 ： 撮ってくれて、ありがとう。

新しいことば　Từ mới　CD-52

báo cáo	レポート（báo cáo ＝報告*）
bận	忙しい
Bến Thành	Chợ Bến Thành：ベンタイン市場（ホーチミン市最大の市場）
bình thường	普通の（bình thường ＝平常*）
bởi vì ～	なぜならば、というのは～からです
bút chì	鉛筆
cay	辛い
chỉ	示す、（電話番号、道順などを）教える
cho ～	～のために（思う［9課］、［人］に［10課］）
chụp (ảnh)	（写真を）撮る
con	子どもの、小さい　mèo con：子猫、chó con：子犬（類別詞［2課］、子［10課］）
cửa	ドア
cười lên nào!	笑って！（cười：笑う）
đâu	không ～ đâu の形で「全然～ない」（đâu：どこ［4課］）
đến chơi	遊びに来る　⇒6課
～ đi	文末に添えて、話し手の勧める気持ちを表す
đi tắm	シャワーを浴びる（文字通り訳せば「身体を洗いに行く」）
đóng	閉める　đóng cửa：ドアを閉める
đổi	換える　đổi tiền：両替する
đũa	箸
đường	砂糖
gà	鶏
gọi là …	（～語で…）と言う

hay	それとも、あるいは（hay：おもしろい、しばしば、上手な）
khóc	泣く
không ~ đâu	全然~ない　⇒文法Ⅴ
không, không được	いいえ、できません（依頼を断る場合）
làm món ăn ~	~料理を作る（món ăn：料理）
lợn	豚
mang về	持って帰る
máy ảnh kỹ thuật số	デジタルカメラ（máy ảnh：カメラ、kỹ thuật số ＝技術数*）
mở	開ける　mở cửa：ドアを開ける
mời	招く　mời ~：~てください　⇒文法Ⅰ
muối	塩
nghỉ làm	仕事を休む（＝ nghỉ làm việc）
nhặt	拾う
nhờ	頼む　nhờ ~：~てください　⇒文法Ⅰ
phát âm	発音*
tại sao	なぜ、どうして
thầy	先生（男性教師に対する呼びかけ） Xin chào thầy.：先生、おはようございます。 （男の先生 [9課]、thầy Binh：ビン先生 [10課]）
thịt	肉　thịt bò：牛肉、thịt gà：鶏肉、thịt lợn：豚肉
vâng, được thôi	はい、いいですよ（依頼を承諾する場合）
vậy	tại sao ~ vậy?：どうして~なんですか？

Bài 11

文法解説　Giải thích ngữ pháp

Ⅰ．依頼・勧めの表現：Nhờ ～ / Mời ～（～てください）

日本語の「～てください」という表現について考えてみましょう。

1)「手伝ってください」　　　Nhờ anh giúp tôi.
2)「写真を撮ってください」Nhờ anh chụp ảnh.
3)「両替してください」　　　Nhờ chị đổi tiền cho tôi.
4)「座ってください」　　　　Mời anh ngồi.
5)「食べてください」　　　　Mời chị ăn cơm.
6)「入ってください」　　　　Mời anh vào.

　ベトナム語では 1)、2)、3) のような**相手への依頼**の「～てください」と、4)、5)、6) のような**相手への勧め**の「～てください」を区別します。話し手側に利益がある依頼表現では文頭に nhờ を用い、そのあとに頼む相手（人称代名詞など）、そして相手が行う行動を続けます。一方、聞き手側に利益がある勧めの表現では文頭に mời を使い、同様にそのあとに勧める相手、そして相手が行う行動を続けます。
　「依頼表現」と「勧めの表現」の基本型は次の通りです。
依頼：Nhờ ＋相手＋して欲しい行動＋（cho tôi）
勧め：Mời ＋相手＋勧める行動

　依頼されたことについて、「はい、いいですよ」と同意する場合は Vâng, được thôi.「いいえ」の場合は Không, không được. と言います。

　依頼表現も勧めの表現も相手によって、丁寧さの度合い別の表現が日本語と同様にあります。上の方が丁寧度の高い文です。

1) **Nhờ** thầy dạy tiếng Việt cho em ạ.
　　先生、私にベトナム語を教えてくださいませんか。
2) **Nhờ** anh dạy tiếng Việt cho tôi.　私にベトナム語を教えてください。
3) Anh dạy tiếng Việt cho tôi nhé.　私にベトナム語を教えてね。

　1) は目上の人に対しての言い方で文末に敬意を表す ạ を添えます。2) が依頼表現の基本的な型ですが、丁寧な表現で、見知らぬ人に道を尋ねる場合にも使えます。

Nhờ anh chỉ cách đi Chợ Bến Thành cho tôi.
ベンタイン市場への行き方を教えてください。

3)は親しい友人に対してで、nhờ を省いており、日本語では「〜して」というところでしょう。

nhờ は頼むという意味の動詞です。2)の文の場合、Tôi nhờ anh dạy tiếng Việt cho tôi. の Tôi が省略された文です。直訳すれば「私は頼みます、あなたが私にベトナム語を教えることを」ということです。実際、Tôi を省略しない文も使われ、その場合には「ベトナム語を教えていただきたくお願い致します」という、丁寧度の高い文となります。

1) **Mời** thầy ngồi **ạ**.　先生、どうぞおかけください。
2) **Mời** anh ngồi.　座ってください。
3) Anh ngồi **đi**.　座って。

2)は基本型 Mời 〜 で、初対面の同年代の人に対して使っても大丈夫です。1)は文末に敬意を表す ạ が添えられていますので目上の人に、3)は親しい人に対してです。上の勧めの文 3)で、文末に đi を添えると、**話し手の勧める気持ちが表明されます**。đi はここでは「行く」という意味ではありません。

mời は「招く、呼び寄せる、勧める」という意味の動詞です。例えば 2) の文は Tôi mời anh ngồi. という文から Tôi が省略されたものです。文字通り訳せば「私は勧めます、あなたが座ることを」です。Tôi が省略されて「座ってください」の意味です。

Mời anh đến chơi.　遊びに来てください。

mời は 7 課の「許可を求める言い方」で紹介しました。

Tôi hút thuốc lá ở đây, có được không?　ここで煙草を吸ってもいいですか。
- Vâng, xin mời.　はい、どうぞ。

この xin mời は文にすれば、次のようになります。

(Tôi) xin mời (anh hút thuốc lá ở đây).

Xin は「謹んで〜する」という意味ですから、直訳すれば「私は、あなたがここで煙草を吸うことを謹んで勧めます」となり、「どうぞ、吸ってください」

の意味になります。

　この文の型は 9 課で学んだ Xin cám ơn bác sĩ đã đến phòng tôi. と同様です。人を目的語にとるベトナム語の動詞（「cám ơn ＋［人］：［人］に感謝する」「nhờ ＋［人］：［人］に頼む」「mời ＋［人］：［人］に勧める」などはこのような文型を作ることができます。

Ⅱ．ベトナム語で何と言いますか："〜" tiếng Việt gọi là gì?

　「〜はベトナム語で何と言いますか」の表現を学びましょう。例えば、物を指差しながら「これはベトナム語で何と言いますか」は次のように言います。

　　Cái này tiếng Việt gọi là gì?

　gọi là は「〜と言う（〜と呼ぶ）」という意味です。もともと gọi は gọi điện thoại の「電話をかける」、そして gọi xe tắc-xi と言うと「タクシーを呼ぶ」という意味で、là は「〜です」という意味です。この表現では gọi là で一語化していますので、二語に分解しないでください。この文はもともと Cái này trong tiếng Việt gọi là gì?（これはベトナム語の中では何と言いますか）ですが、会話文では trong は普通省略されます。

　　"Computer" **tiếng Việt gọi là gì**?　"Computer" はベトナム語で何と言いますか。
　　- "Computer" tiếng Việt gọi là "máy vi tính".
　　"Từ điển" **tiếng Anh gọi là gì**?　"Từ điển" は英語で何と言いますか。
　　- "Từ điển" tiếng Anh gọi là "dictionary".
　　"Karai" **tiếng Việt gọi là gì**?　「辛い」はベトナム語で何と言いますか。
　　- "Karai" tiếng Việt gọi là "cay".

Ⅲ．選択疑問：A hay B ?（A、それとも B ?）

　選択疑問では **hay**（あるいは、それとも）を用います。名詞文、動詞文、形容詞文とも、hay の後ろの文では主語が略されます。

名詞文「…は A ですか、それとも B ですか」は次のようになります。

Anh ấy là người Nhật Bản **hay** là người Hàn Quốc?
彼は日本人ですか、韓国人ですか。
Đây là máy ảnh bình thường **hay** là máy ảnh kỹ thuật số?
これは普通のカメラ？　それとも、デジタルカメラ？

動詞文、形容詞文を見てみましょう。

Anh đi tắm hay uống bia?　あなた、シャワーを浴びる？　それともビール？
Chị đi hay ở đây?　行きますか、ここにいますか。
Chị mua hay không mua?　買いますか、買いませんか。
Cái này đắt hay rẻ?　これは高いですか、安いですか。
Anh ấy cao hay không cao?　彼は背が高いですか、高くないですか。

次のように文の一部でも使います。

Anh uống trà hay cà phê?　お茶、それともコーヒー？
Đi Hà Nội bằng xe ô-tô hay tàu điện?
ハノイには車で行きますか、電車で行きますか。

IV. 疑問詞「なぜ」: tại sao?

疑問詞「なぜ、どうして」は tại sao? です。文頭に置いて、その後に文を続けます。その答えの文の文頭に「bởi vì（なぜならば、というのは）」を置いて答えます。例を見てください。

Tại sao chị không uống cà phê?　どうしてコーヒーを飲みませんか。
- Bởi vì tôi không thích cà phê.　コーヒーが好きではないんです。
Tại sao ở trên bàn có con mèo con đó?　どうして机の上にその子猫がいるの？
- Bởi vì con tôi nhặt mang về.　子どもが拾ってきたのよ。

目の前に展開する事柄について、相手に「どうして〜なんですか」と理由の具体的な説明を求めたい場合は tại sao 〜 vậy? という形式が使われます。答えの文末に vậy をつけることはしません。

Tại sao anh có ba chiếc điện thoại di động vậy?　どうして携帯を3台も持ってるの？
- Bởi vì tôi thích điện thoại di động.　私、携帯電話が好きなんです。
Hôm nay là thứ hai. Tại sao chị không đi làm vậy?
今日は月曜日、どうして仕事に行かないの？
- Bởi vì tôi bị cảm từ hôm qua.　昨日から風邪を引いてるんです。

V.　相手の予想を否定する表現：… không ～ đâu

相手の予想や判断を「そんなことないですよ、全然～ではありませんよ」と否定するとき、… không ～ đâu の形を使います。この課に次のような対話があります。

Imai : Chị Hoa, chị có bận không?　ホアさん、忙しいですか。
Hoa : Không, tôi không bận đâu.　いいえ、全然忙しくないですよ。

ホアさんは、今井さんが「忙しいですか」と尋ねたのは何かを頼もうとしていると察知して、相手に配慮した答えとして… không ～ đâu を使っています。

　Có cay không?　辛いですか。
　- Không, không cay đâu.　いいえ、全然辛くないです。
　Món ăn đó rất ngon, phải không?　その料理、とてもおいしいでしょう？
　- Không, không ngon đâu.　いいえ、全然おいしくないですよ。
　Xin cám ơn chị.　ありがとうございます。
　- Không có gì đâu.　どういたしまして。何でもありませんよ。

VI.　Cám ơn ＋［人］＋動詞句＋ giúp : Cám ơn chị đã chụp ảnh giúp nhé.

6課の「文法解説Ⅰ」で書きましたが、ベトナム語は、聞き手の側が具体的なイメージを取り結べるようにことばを配置する言語です。日本語で「手伝ってくれて、ありがとう！」というような場面でも、ベトナム語では相手がどんなことをして手伝ってくれたのか、その行動をはっきりことばに表し、「ありがとう・あなた・（具体的な行動）・手伝う」といった言い方をします。

　Cám ơn chị đã chụp ảnh giúp nhé.　写真を撮るのを手伝ってくれてありがとうね。
　Cám ơn anh đã viết báo cáo giúp nhé.
　レポートを書くのを手伝ってくれてありがとうね。

Ⅶ. 文末詞(4)：相手との距離を縮めて親近感を表す nhé

ベトナム語の nhé の使い方です。4課で「話し手の誘いや提案に同意を求める nhé（〜ね）」を紹介しました。この課では Cám ơn chị đã chụp ảnh giúp nhé.（写真を撮ってくれて、ありがとうね）という文が出てきます。

話し手の感謝や謝罪の気持ちについて、相手の理解を求め、相手との距離を縮めて親近感を表すとき、日本語と同様にベトナム語でも以下のように言います。

Cám ơn anh nhé.　ありがとね。
Xin lỗi chị nhé.　ごめんなさいね。

Bài 11

コラム：ベトナムのご飯 cơm

ベトナムの市場にはジャポニカ米もインディカ米も並んでいます。籾を thóc、米を gạo、ご飯を cơm と言います。うるち米 gạo tẻ も、餅米 gạo nếp もあります。街なかで Cơm という看板があったら、「飯」即ち食堂ということです。Cơm bình dân という看板が多いのですが、bình dân は漢越語「平民」ですので、「大衆食堂」ということになります。写真はハノイの大学の近くにある、学生相手の Cơm bình dân です。中国料理、フランス料理、日本料理それぞれのエッセンスを採り入れたベトナム料理は世界一の料理とも言われます。

練習 A　Luyện tập A

1. Nhờ chị | dạy tiếng Anh | cho tôi.
            | đóng cửa | cho anh Bình.

   Nhờ anh | mở cửa | cho chị ấy.
            | gọi điện thoại | cho tôi.

2. Mời anh | ngồi.
            | ăn cơm.
            | uống trà.
            | vào phòng.

3. Tại sao chị | khóc?
            | không thích mèo?
            | không đi chơi với bạn?
            | học tiếng Việt?

4. Đây là | thịt bò | hay là | thịt gà?
            | máy vi tính | | ti-vi?
            | món ăn Việt Nam | | món ăn Thái Lan?
            | muối | | đường?

5. "Computer" | tiếng Việt gọi là gì?
   "Banana"
   "Inu"
   Cái này

6. "Computer" | tiếng Việt | gọi là gì?
                | tiếng Pháp
               | tiếng Nhật
               | tiếng Trung Quốc

練習 B　Luyện tập B

1. Anh dạy tiếng Việt cho tôi. (Nhờ)
   → **Nhờ** anh dạy tiếng Việt cho tôi.
   1) Anh gọi điện thoại cho tôi. (Nhờ) →
   2) Chị viết thư cho chị ấy. (Nhờ) →
   3) Anh gửi e-mail cho anh ấy. (Nhờ) →
   4) Chị làm món ăn Việt Nam cho tôi. (Nhờ) →

2. Anh vào. (Mời) → **Mời** anh vào.
   1) Anh ngồi. (Mời) →
   2) Chị uống trà. (Mời) →
   3) Anh ăn cơm. (Mời) →
   4) Chị đến chơi. (Mời) →

3. Tại sao anh không đi làm? (hôm nay là chủ nhật)
   → **Bởi vì** hôm nay là chủ nhật.
   1) Tại sao chị không đi? (tôi rất mệt) →
   2) Tại sao anh ấy nghỉ học? (anh ấy bị cảm) →
   3) Tại sao chị ấy mệt? (chị ấy làm việc nhiều) →
   4) Tại sao anh Bình không ở đây? (Anh Bình đi công tác) →

4. Đây là (bút bi / bút chì?) → Đây là bút bi **hay** là bút chì?
   1) Đây là (thịt bò / thịt lợn?) →
   2) Món ăn này (cay / không cay?) →
   3) Hôm nay anh (đi làm / nghỉ làm?) →
   4) Chị uống (trà / cà phê?) →

5. 質問にベトナム語で答えなさい。
   1) "Cái bàn" tiếng Nhật gọi là gì?
   2) "Xe đạp" tiếng Nhật gọi là gì?
   3) "Ngày mai" tiếng Nhật gọi là gì?
   4) "Từ điển" tiếng Nhật gọi là gì?

Bài 12

Thỉnh thoảng tôi bị mẹ mắng.
（時々、母に叱られました）

Mẫu câu cơ bản CD - 53

1. Tôi **được** thầy khen.
2. Tôi **bị** bố đánh.
3. **Khi** chị Hoa gọi điện thoại, anh Bình không ở nhà.
4. **Khi** còn nhỏ, tôi hay đi tắm sông.
5. Tôi nghỉ làm **vì** tôi bị cảm.

Ví dụ CD - 54

1. Anh **có** được thầy khen **không**?
   - Có, tôi **có được** thầy khen.
   - Không, tôi **không được** thầy khen.
2. Anh **có bị** bố đánh **không**?
   - Có, tôi **có bị** bố đánh.
   - Không, tôi **không bị** bố đánh.
3. Khi chị Hoa gọi điện thoại, anh Bình có ở nhà không?
   - Không, **khi** chị Hoa gọi điện, anh Bình không ở nhà.
4. Khi còn nhỏ, anh **có** hay đi tắm sông **không**?
   - Có, khi còn nhỏ, tôi hay đi tắm sông.
5. Tôi nghỉ làm việc **vì** tôi bị cảm.

基本文型

1. 私は先生に褒められました。
2. 私は父に叩かれました。
3. ホアさんが電話したとき、ビンさんは家にいませんでした。
4. 小さいとき、私はよく川に遊びに行きました。
5. 私は仕事を休みます、その理由は風邪を引いたからです。

例文

1. あなたは先生に褒められましたか。
   - はい、私は先生に褒められました。
   - いいえ、私は先生に褒められませんでした。
2. あなたはお父さんに叩かれましたか。
   - はい、私は父に叩かれました。
   - いいえ、私は父に叩かれませんでした。
3. ホアさんが電話したとき、ビンさんは家にいましたか。
   - いいえ、ホアさんが電話したとき、ビンさんは家にいませんでした。
4. 小さいとき、あなたはよく川に遊びに行きましたか。
   - はい、小さいとき、私はよく川に遊びに行きました。
5. 私は仕事を休みます、その理由は風邪を引いたからです。

Hội thoại　Thỉnh thoảng tôi bị mẹ mắng.　🅒-**55**

Imai : Khi còn nhỏ, chị là đứa trẻ như thế nào?

Hoa : Khi còn nhỏ, tôi hay đi tắm sông.
　　　Thỉnh thoảng tôi bị mẹ mắng vì về nhà muộn.

Imai : Còn tôi, khi còn nhỏ, tôi cũng hay bị mẹ mắng.

Hoa : Tại sao anh bị mẹ mắng?

Imai : Bởi vì tôi chơi trò chơi điện tử nhiều.

Hoa : Tôi hay bị mẹ mắng, nhưng thường được bố khen.
　　　Bố thường động viên rằng con đã rất cố gắng!

Imai : Bố chị tốt nhỉ.
　　　Khi còn nhỏ, chị muốn làm nghề gì?

Hoa : Tôi muốn làm bác sĩ.

会話 時々、母に叱られました。

今井 ： 小さいとき、どんな子どもでしたか。

ホア ： 小さいときはよく川に遊びに行きました。
時々、遅く帰って母に叱られました。

今井 ： 私の方も、小さいとき、よく母に叱られました。

ホア ： どうしてお母さんに叱られたんですか。

今井 ： たくさんテレビゲームをして遊んだからです。

ホア ： 私はよく母に叱られましたが、父にはいつも褒められました。
父はいつも、よく頑張ったねと励ましてくれました。

今井 ： いいお父さんですね。
子どものころ、何になりたかったですか。

ホア ： 私は医者になりたかったです。

新しいことば　Từ mới　CD-56

bị + ［人］＋動詞	［人］に～される　⇒文法Ⅰ
bị thương	ケガしている（thương：ケガをする、thương ＝傷*）
cấp	級*　cấp 1：日本の小学校に相当、cấp 2：中学校に相当
chuyển động	動く（chuyển động ＝転動*）
còn ＋形容詞	まだ～　còn nhỏ：まだ小さい（còn ～：一方の～［3課］）
cô giáo	女の先生
cười	笑う（cười lên nào：笑って！［11課］）
dùng	（飲み物に）～を入れる　dùng đường：飲み物に砂糖を入れる
đánh	叩く（đánh ten-nít：テニスをする［4課］、đánh máy　タイプライターを叩く［9課］）
đánh giá	評価する　đánh giá cao：高く評価する
đâm	（車が人を）轢く
đi dạo	散歩する
động đất	地震（động ＝動、đất：土地）
động viên	励ます、激励する（động viên ＝動員*）
đứa trẻ	子ども
được ＋［人］＋動詞	［人］に～される　⇒文法Ⅰ
ghét	嫌う
học sinh	生徒（học sinh ＝学生*）
khen	褒める
khi	～のとき
kính trọng	尊敬する（kính trọng ＝敬重*）
mang	持ってくる、持っていく

mắng	叱る
mặt trời	太陽（mặt trời chuyển động：太陽が動く）
mời	（人を）招く、招待する
mỹ phẩm	化粧品（mỹ phẩm ＝美品＊）
Nga	ロシア người Nga：ロシア人、tiếng Nga：ロシア語（Nga ＝俄＊）
nghề	職業　làm nghề：職業につく
nghỉ học	学校を休む
nước hoa	香水（nước：水、hoa：花）
ốm	病気だ　ốm nặng：重病だ（nặng：重い）
píc-níc	ピクニック　đi píc-níc：ピクニックに行く
Sa Pa	サパ（ベトナム北部のリゾート）
sang	渡る
Sơn	ソン（ベトナム人男性の名前、sơn ＝山＊）
tai nạn	災難に遭う、事故に遭う（tai nạn ＝災難＊）
tắm sông	川に飛び込んだり、泳いだりして遊ぶ（tắm：身体を洗う、sông：川）
thất bại	失敗する（thất bại ＝失敗＊）
thi trượt	試験に落ちる（thi ＝詩＊：試験、trượt：滑る）
trò chơi điện tử	テレビゲーム（trò chơi：ゲーム、遊び、điện tử ＝電子＊）
văn học	文学（văn học ＝文学＊）
vì ～	～という理由で、～ので
xảy ra	～が起こる、勃発する

文法解説　Giải thích ngữ pháp

Ⅰ．受身文(1)：主体＋ được / bị ＋［人］＋動詞（人に～されます）

受身文「［人］に～されます」の基本的な言い方を紹介しましょう。ベトナム語の受身文には2つのタイプがあります。

1) 主体＋ **được** ＋人（動作主）＋動詞（人に～されます）
2) 主体＋ **bị**　　＋人（動作主）＋動詞（人に～されます）

1)は、話し手が「良い結果だ」と考えている場合です。例文を見てください。

　Sinh viên kính trọng thầy Sơn.　学生はソン先生を尊敬します。
　→ Thầy Sơn **được** sinh viên kính trọng.　ソン先生は学生に尊敬されています。
　Cô Hà đã khen con tôi.　ハー先生は私の子どもを褒めました。
　→ Con tôi đã **được** cô Hà khen.　私の子どもはハー先生に褒められました。
　Anh Bình đã mời tôi.　ビンさんは私を招待しました。
　→ Tôi đã **được** anh Bình mời.　私はビンさんに招待されました。

2)は、話し手が「悪い結果」と評価している場合です。

　Mẹ mắng con.　母親は子どもを叱ります。
　→ Con **bị** mẹ mắng.　子どもは母親に叱られます。
　Bố đã đánh anh Bình.　父親はビンさんを叩きました。
　→ Anh Bình đã **bị** bố đánh.　ビンさんは父親に叩かれました。
　Xe ô-tô đã đâm anh ấy.　自動車が彼を轢きました。
　→ Anh ấy đã **bị** xe ô-tô đâm.　彼は自動車に轢かれました。

疑問文、否定文は動詞文の規則が適用され、以下のようになります。

疑問文：Con anh có được cô giáo khen không?
　　　　子どもさんは先生に褒められましたか。
　　　　Con có bị mẹ mắng không?　子どもは母親に叱られましたか。
　　　　Anh Bình có bị bố đánh không?　ビンさんは父親に叩かれましたか。

否定文： Con tôi không được cô giáo khen.
　　　　 私の子どもは先生に褒められませんでした。
　　　　 Con không bị mẹ mắng.　子どもは母親に叱られませんでした。
　　　　 Anh Bình không bị bố đánh.　ビンさんは父親に叩かれませんでした。

また、「誰に〜されますか」という場合は、疑問詞 ai を使います。

Anh ấy đã được ai khen?　彼は誰に褒められましたか。
Anh ấy đã bị ai đánh?　彼は誰に叩かれましたか。

「[人] に」という部分を省略した言い方も可能です。

Anh ấy được kính trọng.　彼は尊敬されています。
Anh ấy đã bị đánh.　彼は叩かれました。

ここで、これまで学んだ được と bị の使い方を整理しておきましょう。
① **được** の使い方
1) Rất vui **được** gặp chị.　お会いできて嬉しいです。（1課）
2) Tôi rất vui **được** tham gia.　参加するのは嬉しいです。（8課）
3) Anh đến Hà Nội đã **được** một tháng, phải không?
   ハノイに来て1か月たちましたね。（6課）
4) Tôi hút thuốc lá ở đây, có **được** không?
   ここで煙草を吸ってもいいですか。（7課）
5) Tôi có thể bơi **được**.　私は泳げます。（9課）
6) Hôm qua tôi **được** thầy khen.　昨日、私は先生に褒められました。（12課）

　1)は丸ごと覚えていただいた決まり文句です。1)と2)はどちらも「được +動詞」の形となっていて同じ使い方です。ベトナムの人々は、自分の行為が「自分にとって良いこと、自分に利益があること」であると評価していることを相手に伝えたいと思った場合、この「được +動詞」を採用します。

Hôm qua tôi **được** gặp bạn cũ.　昨日、私は古い友人に会いました。
Ngày mai tôi **được** đi thăm Sa Pa.　明日私はサパに行きます。

　上の2文とも、được がなくとも動詞だけで事実（旧友に会ったこと、サパに行くこと）は分かります。「được +動詞」とすることで話し手が「良い評価

をしていること」、さらに「嬉しく思っていること、ありがたく思っていること」などを聞き手に伝えています。được には「得る」という動詞としての意味もありますので、文字通り訳せば、「古い友人に会うことを得た」「サパを訪問することを得る」ですが、「～を得る」という意味以上に、話し手の心的態度（高い評価、良い気持ち）が được には込められています。この使い方は 6)の受身とも関連があります。3)は動詞「得る」で「あなたは1か月を得た」→「1か月たった」の意味、4)は許可を求める表現、5)は可能表現です。

続いて bị です。
② **bị** の使い方
1) Tôi **bị** cảm.　私は風邪をひきました。（8課）
2) Anh Bình **bị** bố đánh.　ビンさんは父親に叩かれました。（12課）

上記 2)はこの課で学んだ受身文です。1)は 8 課で丸ごと覚えた「風邪をひく」です。実は「bị + ～」は「được + 動詞」とは反対に、話し手が「良くないこと」と判断していることを聞き手に伝えるサインで、受身文はその中の一部です。例文を見てください。

Tôi **bị** ốm.　私は病気です。
Tôi **bị** thương.　私はケガしています。
Anh ấy **bị** thất bại.　彼は失敗しました。
Tôi **bị** tai nạn.　私は災難に遭いました。
Tôi **bị** thi trượt.　私は試験に落ちました。

「bị + 動詞／形容詞」という形で「良くないことを被ったこと」、さらには話し手が「残念に思っている、後悔している」などの気持ちまでも伝えています。bị cảm、bị ốm、bị thương、bị thất bại などは一語化して日常的に使われていることばです。bị thương は完全に一語化して辞書の項目として載っています（「ケガしている」形容詞）。

しかし、例えば ốm（病気だ）は形容詞ですし、thất bại（失敗する）は動詞ですから、Anh ấy ốm.（彼は病気です）、Anh ấy thất bại.（彼は失敗しました）という文も可能で、この場合は話し手の気持ちは排除され、事実のみを伝える文となります。

疑問文、否定文の作り方は規則通りで、疑問文は có ～ không を使い、否定文は không を bị の前に置きます。

Anh có bị cảm không?　あなたは風邪をひいていますか。
Anh có bị ốm không?　あなたは病気ですか。
Anh không bị cảm.　あなたは風邪をひいていません。
Tôi không bị ốm.　私は病気ではありません。

Ⅱ．～時：khi ～

「～のとき、～するとき」の「とき」に当たるベトナム語は khi です。日本語の「とき」は名詞ですから、「子どものとき」「シャワーを浴びるとき」「暑いとき」など、名詞、動詞、形容詞などの語と直接結び付きますが、ベトナム語では khi のあとに、文が置かれます。例文を見てください。

1) 前件の主語と後件の主語が同一の場合は前件の主語を省略するのが普通です。

Khi (tôi) còn nhỏ, tôi hay bị ốm.　小さいとき、私はよく病気をしました。
Khi (tôi) còn là sinh viên, tôi học văn học.　学生のとき、私は文学を勉強しました。
Khi (chị ấy) uống cà phê, chị ấy không dùng đường.
コーヒーを飲むとき、彼女は砂糖を入れません。

2) 前件の主語と後件の主語が不一致の場合は当然ですが、主語を省略しません。

Khi anh ấy đến, tôi đang học tiếng Việt.
彼が来たとき、私はベトナム語を勉強していました。
Khi chị Hoa gọi điện thoại, anh Bình không ở nhà.
ホアさんが電話したとき、ビンさんは留守でした。
Khi tôi bị ốm, anh Bình mang hoa quả đến cho tôi.
私が病気のとき、ビンさんは果物を持って来てくれました。
Khi chị ấy là học sinh cấp 2, bố của chị ấy đã đi công tác sang Nga.
彼女が中学生のとき、父親は出張でロシアに行きました。
Khi trời đẹp, tôi hay đi dạo.　天気がいいとき、私はよく散歩します。

Ⅲ. どんな職業に就きたいですか。: Anh muốn làm nghề gì?

日本語の「将来、何になりたいですか」という表現はベトナム語では「将来、何の職業に就きたいですか」という、より具体的な言い方になります。làm は「する、行う」、nghề は「職業」で **làm nghề gì?** で「何の職業に就く」になります。

また、この表現から **muốn** を除いた表現、Anh làm nghề gì? は初対面の人などに「お仕事は何ですか？」と尋ねるときに使います。

Anh **làm nghề gì**?　お仕事は何をしていますか。
- Tôi là nhà báo.　新聞記者です。
Chị **làm nghề gì**?　お仕事は？
- Tôi là sinh viên.　学生です。

Ⅳ. 原因理由を示す表現:「… vì 〜（理由は〜です）」と「〜 cho nên …（〜ので…）」

8課の会話文で接続詞「cho nên（だから、それで）」を紹介しました。

Bây giờ là tháng 6, **cho nên** trời nóng nhỉ.　今は6月です、それで暑いんですね。

この接続詞 **cho nên** は日本語の接続助詞（〜ので）のように使うことができます。前件に原因理由、後件に結果が置かれます。良くないこと（原因）、良いこと（理由）のどちらにも使われます。

Tôi bị cảm **cho nên** tôi nghỉ học.　私は風邪を引いたので、学校を休みます。
Anh ấy là người tốt **cho nên** anh ấy có nhiều bạn.
彼はいい人なので、友達が多いです。

この cho nên と「**vì**（理由は〜です）」は次のような関係です。

Tôi bị cảm **cho nên** tôi nghỉ học.　私は風邪を引いたので、学校を休みます。
→ Tôi nghỉ học **vì** tôi bị cảm.　私は学校を休みます、理由は風邪を引いたからです。
Bây giờ là tháng 6 **cho nên** trời nóng nhỉ.　今は6月なので、暑いんですね。
→ Trời nóng **vì** bây giờ là tháng 6.　暑いです、理由は今は6月だからです。

コラム：古都フエとフォン河

　古都フエ（Huế）はベトナム中部に位置し、1802年に開かれた阮(グエン)王朝の都です。街の中をフォン河（sông Hương）が流れます。フォンは漢字で「香」ですので「香河」。以下はこの香河と中国の香港の関係についての話です。ベトナムは香木(こうぼく)の産地として有名で、沈香(じんこう)と肉桂(にっけい)（ニッキ、cinnamon）が二大産品。沈香は現在日本で２千円／１ｇほどもする貴重品です。中国玄宗皇帝が寵愛した楊貴妃は自らの庭園に「沈香亭」と呼ぶ東屋を造ったほど沈香がお気に入りで、ベトナムから輸入していました。その沈香の輸入港が香港でした。だから香りの港で「香港」。一方、沈香の産地はベトナムの中部から南部にかけてのジャングル地帯で、採取された沈香をフォン河に集め、河口まで運んだのでしょう。故に香りの河で「香河」。「香河」の方についての確証は入手できていませんが、ロマン溢れる繋がりでしょう。

フエの王宮内

練習 A　Luyện tập A

1. Anh ấy được bạn　khen.
　　　　　　　　　mời.
　　　　　　　　　kính trọng.
　　　　　　　　　đánh giá cao.

2. Chị ấy bị mẹ　mắng.
　　　　　　　　đánh.
　　　　　　　　ghét.

3. Khi　chị Hoa gọi điện thoại, anh Bình không ở nhà.
　　　　anh ấy đi thăm phòng chị ấy, chị ấy đang đánh đàn pi-a-nô.
　　　　tôi bị ốm, anh Bình mang hoa quả cho tôi.
　　　　động đất xảy ra, chúng tôi đang học ở trong lớp học.

4. Khi còn nhỏ,　tôi muốn làm bác sĩ.
　　　　　　　　tôi hay đi tắm sông.
　　　　　　　　tôi bị mẹ mắng.
　　　　　　　　tôi nghĩ rằng mặt trời chuyển động.

5. Tôi nghỉ làm vì　tôi bị cảm.
　　　　　　　　　tôi bị ốm.
　　　　　　　　　tôi sốt cao.
　　　　　　　　　tôi đau bụng.

6. Hàng ngày chị ấy dùng　máy vi tính.
　　　　　　　　　　　　　điện thoại di động.
　　　　　　　　　　　　　nước hoa.
　　　　　　　　　　　　　mỹ phẩm.

練習 B　Luyện tập B

1. Chị ấy **có được** thầy khen **không**?
   (Có) → Có, chị ấy **có được** thầy khen.
   (Không) → Không, chị ấy **không được** thầy khen.
   1) Thầy Sơn có được sinh viên kính trọng không? (Có) →
   2) Anh ấy có được thầy khen không?(Không) →
   3) Chị ấy có được mời không? (Không) →
   4) Anh ấy có được đánh giá cao không? (Có) →

2. Anh **có** bị mẹ mắng **không**?　(Có) → Có, tôi **có bị** mẹ mắng.
   　　　　　　　　　　　　　　　(Không) → Không, tôi **không bị** mẹ mắng.
   1) Anh có bị bố đánh không? (Không) →
   2) Chị ấy có bị bạn ghét không? (Có) →
   3) Anh ấy có bị bạn cười không? (Không) →
   4) Chị có bị cô Hà mắng không? (Có) →

3. Tôi nghỉ làm việc. (+ tôi bị ốm) → Tôi nghỉ làm việc **vì** tôi bị ốm.
   1) Anh ấy nghỉ học.　(+ anh ấy bị cảm) →
   2) Chị ấy không đi.　(+ trời mưa to) →
   3) Anh ấy phải về nhà.　(+ gia đình chờ) →

4. 　Tôi nghỉ làm _____ tôi bị ốm. (vì / cho nên)
   → Tôi nghỉ làm vì tôi bị ốm.
   1) Hôm nay tôi không đi píc-níc _____ trời mưa to. (vì / cho nên)
   2) Anh ấy bị ốm _____ anh ấy không thể đi làm. (vì / cho nên)
   3) Chị ấy phải về nước _____ con của chị ấy bị ốm nặng. (vì / cho nên)
   4) Hôm qua tôi không thể ăn được _____ tôi mệt. (vì / cho nên)

5. 質問にベトナム語で答えなさい。
   1) Khi còn nhỏ, anh/chị có bị bố đánh không?
   2) Khi anh/chị còn là học sinh, anh/chị có được thầy khen không?
   3) Khi còn nhỏ, anh/chị có giúp mẹ không?

Bài 12

復習クイズ (2)
(Bài 7 ～ Bài12)

Ⅰ. 下の文が答えとなるように上の文の _____ に疑問詞を書きなさい。

1) Cái này tiếng Việt gọi là _____?
   Cái đó tiếng Việt gọi là "xe máy".
2) Anh đánh ten-nít với _____?
   Tôi đánh ten-nít với chị Hoa.
3) Hôm nay là ngày _____ _____?
   Hôm nay là ngày 20.
4) Ở trong lớp học có _____?
   Có anh Bình và anh Imai.
5) Hôm qua anh gửi e-mail cho _____?
   Tôi gửi e-mail cho chị Lan.
6) Sinh viên _____ nói tiếng Anh?
   Sinh viên kia nói tiếng Anh.
7) Anh bị _____ đánh?
   Tôi bị bố đánh.
8) Cái đó _____ _____ tiền?
   Mười nghìn đồng.

Ⅱ. (　　)の中の言葉を適当なところに入れなさい。答えは番号で書きなさい。

1) Bây giờ ___①___ tôi ___②___ ăn ___③___ cơm. (đang)
2) Anh ___①___ ấy ___②___ trả ___③___ tiền. (phải)
3) Chị ấy ___①___ nói ___②___ tiếng ___③___ Trung Quốc được. (có thể)
4) Tôi ___①___ viết ___②___ xong ___③___ báo cáo. (chưa)
5) Hôm ___①___ qua ___②___ trời ___③___ mưa. (không)
6) Tôi ___①___ nghĩ ___②___ cà phê Việt Nam ___③___ ngon lắm. (rằng)
7) Hôm qua ___①___ con tôi ___②___ thầy ___③___ khen. (được)
8) Khi còn nhỏ, tôi ___①___ hay ___②___ mẹ ___③___ mắng. (bị)

Ⅲ．次の疑問文に対する「はい」「いいえ」に当たるベトナム語を ☐ の中から選んで、その記号を書きなさい。

①Vâng　　②Có　　③Rồi　　④Không　　⑤Chưa

1) Anh ấy có phải là sinh viên không?
2) Bánh ngọt đó có ngon không?
3) Chị ấy có hút thuốc lá không?
4) Đó là điện thoại di động của anh, phải không?
5) Hôm nay trời có mưa không?
6) Tôi có phải đi công tác không?
7) Anh đã viết thư xong chưa?
8) Chị có thể bơi được không?
9) Có phải chị Hoa đang đọc sách không?

Ⅳ．次の文の適当な応答を ☐ の中から選んで、その記号を書きなさい。

①Vâng, xin mời.　　②Không có gì.　　③Vâng, cám ơn chị. ④Vâng, được thôi.

1) Nhờ anh dạy tiếng Việt cho tôi.
2) Mời anh uống trà.
3) Cám ơn chị.
4) Tôi hút thuốc lá, có được không?

語彙索引

[ベトナム語 —— 日本語]

A

a	あっ	7
à	ところで	4
ạ	(文末に添えて敬意を表す)	10
ai	誰	2
an toàn	安全な	9
anh	あなた	1
Anh	英国	4
anh ấy	彼	1
anh chị	あなたたち	7
ảnh	写真	10
áo dài	アオザイ	3
ăn	食べる	4
~ ấy	あの~	1

B

bà	あなた	1
bà ấy	彼女	1
bác sĩ	医者	1
bài	課	1
bán	売る	7
bàn	机	2
bạn	友だち	1
bánh mì	パン	4
bánh ngọt	ケーキ	8
bao giờ	いつ	6
bao nhiêu	どのぐらい	6
báo	新聞	4
báo cáo	レポート	11
bằng ~	~で(手段)	6
bận	忙しい	11
bây giờ	今	4
Bến Thành	ベンタイン(市場)	11
bệnh viện	病院	1
bị+[人]+動詞	[人]に~される	12
bị cảm	風邪を引く	9
bị thương	ケガしている	12
bia	ビール	4
biết	知る	4
biết+動詞	~することができる	9
Bình	ビン(男性の名)	1
bình thường	普通の	11
bó hoa	花束	10
bò	牛	2
bố	父親	4
bơi	泳ぐ	9
bởi vì ~	なぜならば	11
bụng	お腹	9
buổi tiệc	パーティ	10
bút bi	ボールペン	2
bút chì	鉛筆	11

bưu điện	郵便局	3	

C・Ch

cá	魚	2
cà phê	コーヒー	3
các	（複数を表す）	1
các bạn	皆さん	1
cách	方法	7
cái	（類別詞）	2
cái đó	それ	7
cái kia	あれ	7
cái này	これ	7
cám ơn	ありがとう	2
	感謝する	4
cánh đồng	田畑	7
cao	（熱、背などが）高い	9
cay	辛い	11
cặp	鞄	7
cần	〜する必要がある	9
cẩn thận	慎重な	10
cấp	級	12
câu lạc bộ ten-nít	テニスクラブ	8
cây	木	7
chào	こんにちは	2
chạy	走る	10
chắc	たぶん〜だろう	10
chắc chắn	きっと〜だろう	10
chân	足	9
chỉ	示す	11
chị	あなた	1
chị ấy	彼女	1
chìa khóa	鍵	10
chiếc	（類別詞）	7
chim	鳥	2
cho	思う	9
cho 〜	〜のために	11
cho＋[人]	[人]に	10
cho nên	だから、それで	8
chó	犬	2
chỗ	場所	7
chờ	待つ	8
chợ	市場	3
chơi	遊ぶ	5
chủ nhật	日曜日	5
chúng ta	私たち	4
chúng tôi	私たち	4
chụp (ảnh)	（写真）を撮る	11
chuyên môn	専門	1
chuyển động	動く	12
chữ	文字	10
chữ Hán	漢字	9
chưa	いいえ（完了文の応答詞）	10
chưa 〜	まだ〜していない	10

索引

có	はい (形容詞文の応答詞)	3		cơm	ご飯	4
	はい (動詞文の応答詞)	4		cơm tối	晩ご飯	10
				cũ	古い	3
	〜がある／いる	7		… của 〜	〜の…(所属・部分)	1
	持つ(天気表現)	8			〜の…(所有)	2
	持つ、持っている	9		cùng	ともに	7
có＋形容詞＋không?	〜いですか (形容詞文の疑問)	3		〜 cũng	〜も	1
				cứ＋動詞	そのまま〜し続けて	9
có＋動詞	疑問文に対する肯定文で使用	4		cửa	ドア	11
có＋動詞句＋không?	〜ますか (動詞文の疑問)	4		cười	笑う	12
				cười lên nào!	笑って！	11
có được không?	いいですか？	7				
có lẽ	たぶん〜だろう	10		**D**		
có phải 〜 không?	〜していますか (動作の継続の疑問文)	7		dạy	教える	8
				dân tộc	民族	7
có phải là 〜 không?	〜ですか (名詞文の疑問)	1		dậy	起きる(目覚める)	5
				dễ	易しい	3
có thể … được	…することができる	9			簡単な	7
con	(類別詞)	2		dùng	使う	7
	子	10			(飲み物に)入れる	12
	子どもの、小さい	11		dưới 〜	〜の下	7
còn 〜	一方の〜は	3				
còn＋形容詞	まだ〜	12		**Đ**		
cô	(女性教師の尊称)	8		đã＋動詞	(過去を表す)	5
cô giáo	女の先生	12		đã 〜 chưa?	もう〜したか？	10
cố gắng	がんばる	9		đã 〜 rồi	もう〜した	10
công ty	会社	1		đã được＋期間	〜が過ぎた	6
công viên	公園	3		đại sứ quán	大使館	1

đang＋動詞	〜している	7
đáng yêu	かわいい	3
đánh	叩く	12
đánh đàn 〜	〜を弾く	9
đánh giá	評価する	12
đánh máy	タイプライターを叩く	9
đánh ten-nít	テニスをする	4
đau	痛い	9
đắt	（値段が）高い	3
đâm	轢く	12
đâu	どこ	4
	không〜đâuで「全然〜ない」	11
đầu	頭	9
đây	これ	2
	ここ	3
〜 đấy	（文末に添えて話し手の気持ちを表す）	7
đẹp	きれいな	3
	（天気が）いい	8
đêm qua	昨夜	5
đến	至る（行く／来る）	6
đến 〜	〜まで	5
đến chơi	遊びに来る	11
đi	行く	5
〜 đi	（勧める気持ちを表す）	11
đi bộ	歩く	5
đi chợ	市場に行く	6
đi chơi	遊びに行く	4
đi công tác	出張する	8
đi cùng	一緒に行く	7
đi dạo	散歩する	12
đi dự tiệc	パーティーに参加する	8
đi làm	仕事に行く	6
đi ngủ	ベッドに入る	5
đi tắm	シャワーを浴びる	11
đi thăm	訪れる	5
đĩa mềm	フロッピーディスク	2
địa chỉ e-mail	電子メールアドレス	2
điện thoại di động	携帯電話	2
đó	それ、その〜	2
	そこ	3
đọc	読む	4
đóng	閉める	11
〜 độ	〜度（温度）	9
đổi	換える	11
đồng	ドン（通貨単位）	7
đồng hồ	時計	2
động đất	地震	12
động viên	励ます	12
đũa	箸	11
đúng rồi	その通りだ	8
đưa	手渡す	10
đứa trẻ	子ども	12

đứng	立つ	5
được＋[人]＋動詞	[人]に〜される	12
được đấy	いいですよ	4
đường	砂糖	11

E

em	あなた	1
	私	10
em ấy	彼、彼女	1
em trai	弟	10

G・Gh・Gi

ga	駅	3
gà	鶏	11
gạo	米	6
gặp	（人と／に）会う	6
… gần 〜	〜の近くの…	6
ghét	嫌う	12
ghế	椅子	2
ghi-ta	ギター	9
gì	何	2
gia đình	家族	10
giáo viên	教師	1
gió	風	8
giỏi	上手な	10
〜 giờ	〜時	4
giúp	手伝う	4

giường	ベッド	7
gọi	呼ぶ	10
gọi là …	（〜語で…）と言う	11
gửi	送る	10

H

Hà	ハー（女性の名）	8
Hà Nội	ハノイ	1
Hàn Quốc	韓国	1
hàng ngày	毎日	6
hát	歌う	9
hay	おもしろい	3
	しばしば	6
	上手な	10
	それとも	11
hiểu	分かる、理解する	9
hiệu sách	本屋	3
ho	咳が出る	9
hoa	花	3
hoa quả	果物	4
học	勉強する	4
học sinh	生徒	12
hỏi	尋ねる	7
họng	喉	9
Hồ Hoàn Kiếm	還剣湖	3
hôm kia	一昨日	5
hôm nay	今日	3
hôm qua	昨日	5

hộp	箱	7
hơi ~	少し~だ	5
hơn nữa	さらに	9
Huế	フエ（地名）	5
hút	吸う	4

K・Kh

kế hoạch	計画	9
khách sạn	ホテル	3
khen	褒める	12
khi	~のとき	12
khi nào	いつ	6
khó	難しい	3
khoảng ~	~ごろ	5
	約、だいたい	9
khóc	泣く	11
khỏe	健康な、元気な	3
không	いいえ	1
	ゼロ	6
không＋形容詞	~くないです（形容詞文の否定）	3
không＋形容詞＋lắm	そんなに~ない	10
không＋動詞	~しません（動詞文の否定）	4
không ~ đâu	全然~ない	11
không có gì	どういたしまして	2
không được	だめ	7
không, không được	いいえ、できません	11
không phải	違います	2
không phải là ~	~ではありません（名詞文の否定）	1
không thể … được	…することができない	9
kia	あれ、あの~	2
	あそこ	3
kiếm tiền	金を稼ぐ	7
kinh tế	経済	1
kính trọng	尊敬する	12
kỹ sư	エンジニア	1

L

là ~	~です（名詞文の肯定）	1
lái	運転する	9
làm	~をする	4
làm bài	宿題をする	10
làm món ăn ~	~料理を作る	11
làm việc	仕事をする	5
lan	蘭（花）	3
Lan	ラン（女性の名）	3
lạnh	寒い	8
~ lắm	とても~、たいへん~	3
Lăng Hồ Chí Minh	ホーチミン廟	5
lâu	久しい	6

Lê-nin	レーニン（人名）	3
lên	上の方に	6
lịch sử	歴史	3
linh	零	2
lo	心配する	8
loại	種類	6
lời	言葉	9
lớn	巨大な	9
lợn	豚	11
lớp học	教室	3
luật	法律	4
lúc	時(とき)	5

M

Mai	マイ（女性の名）	1
mang	持ってくる、持っていく	12
mang về	持って帰る	11
mát	涼しい	8
máy ảnh	カメラ	2
máy ảnh kỹ thuật số	デジタルカメラ	11
máy bay	飛行機	6
máy vi tính	コンピュータ	2
mắng	叱る	12
mặt trời	太陽	12
mất	（時間、お金が）かかる	6
mây	雲	8
mấy giờ	何時	4
mấy hôm nay	ここ数日	9
mẹ	母親	4
mèo	猫	2
mệt	疲れる	5
mồng	（1日から10日までの日付に添える）	6
một chút	ちょっと	7
mở	開ける	11
mới	新しい	3
mời	招く、～てください	11
	（人を）招く、招待する	12
mua	買う	4
mùa thu tới	今度の秋	6
muối	塩	11
muốn	欲する	6
muộn	遅い	10
mưa	雨が降る	8
mừng	祝う	8
mượn	借りる	7
Mỹ	アメリカ	1
mỹ phẩm	化粧品	12

N・Ng・Nh

～ nào	どの～	8
～ này	この～	2
năm	年	6
năm bao nhiêu	何年	8

năm nay	今年	8		nhà	家	2
nằm	横になる	9		nhà báo	新聞記者	1
nắng	日差しが強い	8		nhà giáo	教師、教育者	10
nặng	重い	3		nhà hàng	レストラン	4
nấu ăn	料理する	9		Nhà hát lớn	オペラハウス	3
Nga	ロシア	12		nhạc	音楽	4
ngày	日	6		nhanh	速い	10
ngày bao nhiêu	何日	8		nhặt	拾う	11
ngày kia	明後日	6		nhân viên	職員	1
ngày mai	明日	5		nhất	一番	8
ngân hàng	銀行	1		Nhật Bản	日本	1
nghe	聞く	4		Nhật-Trung	日中	9
nghề	職業	12		Nhật-Việt	日越	10
nghỉ	休む	5		nhé	〜ね	4
nghỉ học	学校を休む	12		nhỉ	〜ね	7
nghỉ làm	仕事を休む	11		nhiều＋名詞	たくさんの〜	6
nghỉ ngơi	休む、休養する	9		nhỏ	小さい	3
nghĩ	考える	9		nhờ	頼む、〜てください	11
nghìn	千	6		như thế nào	どのように	9
ngoại ngữ	外国語	9		nhưng	しかし、でも	4
ngon	美味しい	3		nói	話す、言う	8
ngồi	座る	5		nói chuyện	話をする	7
ngủ	寝る	5		nóng	熱い	4
ngủ ngon	熟睡する	5			暑い	8
Nguyễn Thị Hoa	グエン・ティ・ホア（女性の氏名）	1		nộp	納める	8
				núi	山	6
ngữ pháp	文法	10		nước	水	4
người 〜	〜人	1			国	6

nước hoa	香水	12
nước ngoài	外国	6

O

ô-tô	自動車	2
ốm	病気だ	12
ông	あなた	1
ông ấy	彼	1
ở	〜で（場所を示す）	4
	（場所）に（ある／いる）	7
	（〜は…に）ある／いる	7
〜 ơi	（呼びかけに用いる）	2

P・Ph

phải＋動詞	〜しなければならない	8
〜, phải không?	〜ですね？	2
Pháp	フランス	9
phát âm	発音	11
phát triển	発展する	10
phim	映画	5
phòng	部屋	3
phòng vệ sinh	トイレ	7
phở	フォー	4
〜 phút	〜分	4
phức tạp	複雑な	9
pi-a-nô	ピアノ	9
píc-níc	ピクニック	12
Pichai	ピチャイ（男性の名）	1

Q

quá	とても	5
quà	おみやげ	10
quan hệ	関係	10
quán cà phê	喫茶店	4
quần áo	衣服	7
quen	〜に慣れる	10
quên	忘れる	9
quốc gia	国家	1
quốc tế	国際	10
quyển	（類別詞）	2

R

ra	〜の外に	6
rau	野菜	6
răng	歯	9
rằng	〜と（思う）	9
rất 〜	とても〜、たいへん〜	3
rất vui được 〜	〜できてとても嬉しい	1、8
rẻ	（値段が）安い	3
rồi	はい（完了文の応答詞）	10
〜 rồi	もう〜した	10
rượu	酒	9

S

Sa Pa	サパ(地名)	12
sách	本	2
sạch	きれいな、清潔な	3
sang	渡る	12
sáng nay	今朝	5
sau đó	その後	5
sân bay	空港	3
sẽ＋動詞	（未来を表す）	5
sinh hoạt	生活	10
sinh nhật	誕生日	8
sinh ra	生まれる	6
sinh viên	学生	1
số	番号、数	2
sốt	熱	9
Sơn	ソン(男性の名)	12
súp	スープ	10

T・Th・Tr

tai nạn	災難に遭う	12
tại sao	なぜ	11
tạp chí	雑誌	9
tàu điện	電車	6
tay	手、腕	9
tắm sông	川で遊ぶ	12
tặng	贈る、あげる	10
tấm	（類別詞）	10
tầng ～	～階	6
tất nhiên được	もちろん、いいですよ	10
tên	名前	2
Thái Lan	タイ	1
tham gia	参加する	8
tháng	月	6
tháng mấy	何月	8
tháng này	今月	8
tháng sau	来月	6
tháng trước	先月	5
thành phố	都市	6
thất bại	失敗する	12
thấy	認識する	9
thầy	男の先生	9
	（男性教師の尊称）	10
	先生(呼びかけ)	11
thế	そう(思う)	9
thế à	そうですか(相づち)	4
thế nào?	どう？	3
thế thì	それならば	8
thi trượt	試験に落ちる	12
thích	好む、好きだ	4
thiếp mừng	お祝いのカード	10
thiểu số	少数	7
thỉnh thoảng	時々	10
thịt	肉	11
thổi	吹く	8
thơm	香りがいい	3
thuế	税金	8

thuốc	薬	8		trà	お茶	4
thuốc lá	煙草	4		trả	払う	8
thư	手紙	7		trăm	百	2
thư viện	図書館	3		trâu	水牛	2
thứ 〜	〜番目	8		trẻ	若い	3
thứ ba	火曜日	8		trên 〜	〜の上	7
thứ bảy	土曜日	5		trò chơi điện tử	テレビゲーム	12
thứ hai	月曜日	5		trong	〜の中	6
thứ mấy	何曜日	8		trong năm	一年の中で	8
thứ năm	木曜日	8		trời	空	8
thứ sáu	金曜日	8		Trung Quốc	中国	1
thứ tư	水曜日	8		trưa nay	今日の昼	4
thương mại	商学	4		trứng	卵	6
thường	通常、いつも	4		trường	学校	1
ti-vi	テレビ	2		trường đại học	大学	1
tiệc	パーティ	8		tuần	週	6
tiền	お金	7		tuần sau	来週	5
tiếng 〜	〜語	2		tuần trước	先週	5
〜 tiếng đồng hồ	〜時間	6		tuyết	雪が降る	8
tiếng Việt	ベトナム語	2		từ 〜	〜から	5
tiểu thuyết	小説	10		từ điển	辞書	2
to	大きい	3				
tòa	（類別詞）	3		**U**		
tôi	私	1		uống	飲む	4
tối nay	今晩	8				
tối qua	昨晩	5		**V**		
tốt	良い	3		〜 và …	AとB、AしてBする、AくてB	4
tốt nghiệp	卒業する	10				

vào	入る	4	
	～日／～月／日に、～の中	6	
vào lúc ～	～時に	5	
văn học	文学	12	
vấn đề	問題	9	
vâng	はい（名詞文の応答詞）	1	
	はい（相づち）	4	
	はい（動作の継続の疑問文の応答詞）	7	
vâng, được thôi	はい、いいですよ	11	
vậy	tại sao ～ vậy？で「どうして～なんですか」	11	
vé	切符	7	
về	帰る	5	
	（自身の所属場所の方に）	6	
ví	財布	7	
vì ～	～という理由で	12	
việc	仕事	9	
viện bảo tàng	博物館	3	
Viện bảo tàng Lịch sử	歴史博物館	3	
viện bảo tàng mỹ thuật	美術館	7	
viết	書く	7	
Việt Nam	ベトナム	1	
Vịnh Hạ Long	ハロン湾	6	
vợ	妻	2	
với+[人]	[人]と	8	
vui	嬉しい、喜ぶ、楽しい	10	
v.v.	等等	6	

X

xảy ra	～が起こる	12
xe	（類別詞）	2
xe buýt	バス	6
xe đạp	自転車	6
xe máy	オートバイ	6
xe tắc-xi	タクシー	6
xem	見る、鑑賞する	4
	手に取って見る	7
xin ～	謹んで～	9
xin chào	こんにちは	1
xin lỗi	ちょっと、すみません	2
	謝る、謝罪する	8
xin mời	どうぞ	7
xong	終わる、終える	10
xung quanh ～	～の周り	5
xuống	下の方に	6

[著者]

五味政信（ごみ まさのぶ）

1952年 東京都生まれ
1977年 東京外国語大学外国語学部インドシナ語学科（ベトナム語）卒業
1983年 同大学院地域研究研究科修士課程修了
1979年〜81年 ベトナム社会主義共和国ハノイ貿易大学日本語科講師
東京外国語大学講師・助教授、東京工業大学助教授、一橋大学教授、放送大学特任教授（東京多摩学習センター所長）を経て、現在、一橋大学名誉教授、ジャパンマテリアル国際奨学財団常務理事。

主な著書：『増補改訂版 五味版 学習者用ベトナム語辞典』（武蔵野大学出版会）
　　　　　『ベトナム語レッスン中級』（スリーエーネットワーク）
　　　　　『ベトナム語レッスン初級2』（スリーエーネットワーク）
　　　　　『心ときめくオキテ破りの日本語教授法』（共編著、くろしお出版）
　　　　　『開かれた日本語教育の扉』（共編著、スリーエーネットワーク）

翻訳監修：『みんなの日本語 中級Ⅱ 翻訳・文法解説 ベトナム語版』
　　　　　『みんなの日本語 中級Ⅰ 翻訳・文法解説 ベトナム語版』
　　　　　『みんなの日本語 初級Ⅱ 第2版 翻訳・文法解説 ベトナム語版』
　　　　　『みんなの日本語 初級Ⅰ 第2版 翻訳・文法解説 ベトナム語版』
　　　　　　　　　（いずれもスリーエーネットワーク）

ベトナム語レッスン初級1

2005年10月25日　初版第1刷発行
2024年 7月12日　第17刷発行

著　　者　五味政信
発 行 者　藤嵜政子
発 行 所　株式会社スリーエーネットワーク
　　　　　〒102-0083　東京都千代田区麹町3丁目4番トラスティ麹町ビル2F
　　　　　電話：03-5275-2722（営業）　03-5275-2725（編集）
　　　　　https://www.3anet.co.jp/
印刷・製本　高速録音株式会社

（落丁・乱丁本はお取替えいたします）　　　ISBN978-4-88319-366-0 C0087
本書の全部または一部を無断で複写複製（コピー）することは著作権法上での例外を除き、禁じられています。